തിളയ്ക്കുന്ന ഭൂമിയും കിതയ്ക്കുന്ന മനുഷ്യരും

thilaykkunna bhoomiyum kithaykkunna manushyarum

•

r radhakrishnan

•

first edition
june 2016

•

typesetting
akshara dtp, thiruvananthapuram

•

published
chintha publishers, thiruvananthapuram

•

printed
repro india ltd, mumbai

•

cover
midas

വിതരണം

ദേശാഭിമാനി ബുക്ക് ഹൗസ്

H O തിരുവനന്തപുരം-695 035
phone: 0471-2303026, 6063026
www.chinthapublishers.com
chinthapublishers@gmail.com

ബ്രാഞ്ചുകൾ

ഹെഡ്ഡാഫീസ് ബ്രാഞ്ച് കുന്നുകുഴി • സ്റ്റാച്യു തിരുവനന്തപുരം • കെ എസ് ആർ ടി സി ബസ് സ്റ്റേഷൻ ആലപ്പുഴ • കെ എസ് ആർ ടി സി ബസ് സ്റ്റേഷൻ എറണാകുളം • മച്ചിങ്ങൽ ലെയിൻ തൃശൂർ • ഐ ജി റോഡ് കോഴിക്കോട് • മാവൂർ റോഡ് കോഴിക്കോട് • എൻ ജി ഒ യൂണിയൻ ബിൽഡിങ് കണ്ണൂർ • സെൻട്രൽ ബസ് ടെർമിനൽ കോംപ്ലക്സ് താവക്കര കണ്ണൂർ

CO - 2374 / 3911
ISBN - 978-93-86112-35-4

തിളയ്ക്കുന്ന ഭൂമിയും
കിതയ്ക്കുന്ന മനുഷ്യരും

ആർ രാധാകൃഷ്ണൻ

ചിന്ത പബ്ലിഷേഴ്സ്
തിരുവനന്തപുരം-695 035

ആർ രാധാകൃഷ്ണൻ

1921 ഒക്ടോബർ 2 ന് തിരുവനന്തപുരം ജില്ലയിലെ വർക്കലയിൽ ജനിച്ചു. ഭൗതികശാസ്ത്രത്തിൽ ബിരുദം നേടി. ജേർണലിസത്തിലും അഡ്വർടൈസ്മെന്റിലും ബിരുദാനന്തര ഡിപ്ലോമ.
ഏജീസ് ഓഫീസിൽ ജീവനക്കാരനായിരുന്നു. അവിവാഹിതൻ. പ്രസിദ്ധീകരിച്ച കൃതികൾ. *കളികളുടെ കഥ, മഹച്ചരിതമാല (21,65,123), വനിതകളും നിയമവും, ഉപഭോക്തൃ വഞ്ചനയ്ക്കെതിരെ, വനിതകളും കായിക ലോകവും, ഉപഭോക്താവിന്റെ അവകാശങ്ങൾ, കളിക്കളത്തിലെ മഹാപ്രതിഭകൾ, വിവരാവകാശ നിയമം ജനനന്മയ്ക്ക്, സൈലന്റ്‌വാലി ചെറുത്തുനില്പിന്റെ നാൾവഴി* (സഹഗ്രന്ഥകാരൻ), *ജിമ്മി ജോർജ്ജ് കളിക്കളത്തിലെ സൂര്യതേജസ്സ്.*

വിലാസം : ടി സി 28/2608
കുന്നുംപുറം
തിരുവനന്തപുരം-695001
ഫോൺ - 0471-2452210

ഉള്ളടക്കം

പ്രസാധകക്കുറിപ്പ്

പരിസ്ഥിതി വ്യതിയാനങ്ങളും വർദ്ധിക്കുന്ന ആഗോളതാപനവും വളരെ ചൂടേറിയ ചർച്ചാവിഷയങ്ങളാണ്. 1890 കൾ മുതല്ക്കാണ് ഭൂമിയുടെ വർദ്ധിച്ചുവരുന്ന താപനിലയെക്കുറിച്ച് ശാസ്ത്രീയമായ പ്രതികരണമുണ്ടായത്. കാലാവസ്ഥാ വ്യതിയാനംപോലെയുള്ള പരിസ്ഥിതി പ്രശ്നങ്ങളെക്കുറിച്ച് ലോകജനതയ്ക്കു തിരിച്ചറിവുണ്ടായിത്തുടങ്ങിയത് 1972 ൽ സ്റ്റോക് ഹോമിലെ അന്താരാഷ്ട്ര പരിസ്ഥിതി സമ്മേളനത്തോടെയാണ്. 1980കളിൽ ഈ പ്രശ്നങ്ങൾ അന്തർദ്ദേശീയ രാഷ്ട്രീയവേദികളിലും നയതന്ത്രചർച്ചകളിലുമെല്ലാം അജണ്ടയിൽ സ്ഥാനംപിടിച്ചു. 1992 ൽ റിയോഡി ജനിറോയിൽ നടന്ന ഉച്ചകോടിയിൽ കാലാവസ്ഥാ വ്യതിയാനവുമായി എല്ലാ രാജ്യങ്ങളും അംഗീകരിച്ചു നടപ്പിലാക്കേണ്ട ഒരു ഉടമ്പടി രൂപംകൊണ്ടു. ഈ പ്രമാണം പ്രാബല്യത്തിൽ വന്നതിനെത്തുടർന്ന് ഓരോ വർഷവും ബന്ധപ്പെട്ട രാഷ്ട്രങ്ങളുടെ ആലോചനായോഗങ്ങൾ (Conference of Nation) നടക്കാറുണ്ട്.

അത്യന്തം ഗൗരവതരമായ പരിസ്ഥിതി പ്രശ്നങ്ങളുടെയും അതിന്റെ പരിഹാരത്തിനായുള്ള അന്താരാഷ്ട്രയത്നങ്ങളുടെയും ഫലപ്രദമായ പരിഹാരനിർദ്ദേശം ഇനിയും ഉരുത്തിരിയേണ്ടതുണ്ട് എന്ന അവസ്ഥയെയും ആർ രാധാകൃഷ്ണൻ വരച്ചുകാട്ടുന്നു. ബൗദ്ധികവും പ്രായോഗികവുമായ പ്രതികരണം ഉളവാക്കേണ്ടുന്ന ഈ ലഘുഗ്രന്ഥം ഞങ്ങൾ വായനാലോകത്തിനു സമർപ്പിക്കുന്നു.

ചിന്ത പബ്ലിഷേഴ്സ്

1

തീവണ്ടിയിലെ ചൂടുള്ള സെമിനാർ

തീവണ്ടിയാത്രയ്ക്കിടയിൽ പലപ്പോഴും ഇഷ്ടപ്പെടുന്നതും ഇഷ്ട പ്പെടാത്തതുമായ പല ചർച്ചകളും കേൾക്കാൻ നാം നിർബ്ബന്ധിക്കപ്പെടാറുണ്ടല്ലോ. അങ്ങനെ ഒരു തീവണ്ടിയാത്രയിൽ കേൾക്കാൻ ഇടയായ ഒരു ചെറിയ 'സെമിനാറി'ന്റെ ഓർമ്മയാണ് താഴെകുറിക്കുന്നത്. അതു വളരെ ചൂടുള്ള ഒരു ചർച്ചയായിരുന്നു. വിഷയമോ ഭൂമിയുടെ ചൂടിനെപ്പറ്റിത്ത ന്നെയായിരുന്നു.

തീവണ്ടി എറണാകുളം ജംങ്ഷനിൽനിന്ന് തിരുവനന്തപുരത്തേക്കുള്ള യാത്ര ആരംഭിച്ചു. അല്പനേരം കഴിഞ്ഞപ്പോൾ അവിടെ തളം കെട്ടിനിന്ന നിശ്ശബ്ദത ഭഞ്ജിച്ചുകൊണ്ട് ആരോടെന്നില്ലാതെ ഒരാൾ ഇങ്ങനെ പറഞ്ഞു: "ഹൊ! എന്തൊരു ചൂട്! വൈകുന്നേരമായിട്ടും സൂര്യ രശ്മിയുടെ ചൂടിന്റെ തീക്ഷ്ണത കുറഞ്ഞിട്ടില്ല. യഥാർത്ഥത്തിൽ തീപ്പൊള്ളലേല്ക്കുന്നതുപോലുള്ള ഒരു പ്രതീതി."

വിഷയം പൊതുവായതുകൊണ്ടും എല്ലാവരെയും അതു ബാധിക്കുന്നതായതുകൊണ്ടും ആരുടെയെങ്കിലും പ്രതികരണം ഉണ്ടാവുമെന്ന് അയാൾ കരുതിയെന്നു തോന്നുന്നു. എന്തായാലും പ്രതീക്ഷിച്ചതുപോലെതന്നെ പെട്ടെന്ന് മറ്റൊരാൾ ഇങ്ങനെ പ്രതികരിച്ചു.

"ഈ ഫാനൊക്കെ പരമാവധി വേഗത്തിൽ കറങ്ങുന്നുണ്ടെങ്കിലും ചൂടിന് ഒരു കുറവും അനുഭവപ്പെടുന്നില്ല. ഇതിപ്പോൾ മാർച്ചുമാസം അല്ലേ ആയുള്ളൂ. ഏപ്രിൽ-മെയ് മാസങ്ങളിലെന്താവും സ്ഥിതി! വിചാരിക്കാൻകൂടെ വയ്യ."

അങ്ങനെ ഒരു പൊതുചർച്ചയ്ക്ക് അദ്ദേഹം ഉചിതമായ ഒരടിത്തറപാകി.

ഇതാ വരുന്നു വളരെ വൈകാരികമായ മറ്റൊരു പ്രകടനം! വളരെ ആവേശത്തോടെ മൂന്നാമതൊരാൾ ഇങ്ങനെ പറഞ്ഞു:

"ഇതൊക്കെ മനുഷ്യർതന്നെ വരുത്തിവച്ചതല്ലേ? കാടായ കാടെല്ലാം ദുരാഗ്രഹികൾ വെട്ടിവെളുപ്പിച്ചു. വയലുകളെല്ലാം വ്യാപകമായി നികത്തി. കുന്നുകളും മലകളും ഇടിച്ചുനിരത്തി. ആർത്തിപൂണ്ട ഒരു കൂട്ടം മനുഷ്യാധമന്മാർ പ്രകൃതിയെ വല്ലാതെ മുറിവേല്പിച്ചില്ലേ? ഒരു പരിധിവരെ പ്രകൃതി ക്ഷമയോടെ എല്ലാം സഹിക്കും. പരിധി വിട്ടാൽ അതു സർവ്വശക്തിയോടുംകൂടെ തിരിച്ചടിക്കും. അത്തരത്തിലുള്ള തിരിച്ചടിയാണ് നാമെല്ലാമിന്ന് അനുഭവിച്ചുതുടങ്ങിയത്. ഇതു തുടക്കമേ ആയിട്ടുള്ളൂ. കൂടുതൽ കൂടുതൽ ദുരന്തഫലങ്ങൾ നേരിടേണ്ടിവരും. പക്ഷേ, ഇതൊക്കെ ആരോടു പറയാൻ?"

അങ്ങനെ ക്രമേണ ചർച്ചയുടെ ചൂട് കൂടിവന്നു. പ്രശ്നത്തിന്റെ മറ്റൊരുവശം വേറൊരാൾ അവതരിപ്പിച്ചു.

"ദിനംപ്രതി നൂറുകണക്കിനല്ലേ വാഹനങ്ങൾ നിരത്തിലിറങ്ങുന്നത്. ഓരോ വീട്ടിലും രണ്ടും മൂന്നും വാഹനങ്ങളല്ലേ ഉള്ളത്. അവയിൽ നിന്നൊക്കെ പുറത്തേക്കുവന്നുകൊണ്ടിരിക്കുന്ന പുകയും കരിയും അന്തരീക്ഷത്തിലേക്കല്ലേ പരക്കുന്നത്. കൂടാതെ വ്യവസായശാലകളിൽനിന്നും ഫാക്ടറികളിൽനിന്നുമെല്ലാം പുറത്തേക്കു വരുന്ന പുകയും അന്തരീക്ഷത്തിൽ പരക്കുകയല്ലേ. ആകെക്കൂടി നോക്കുമ്പോൾ ഭൂമി ഒരു വലിയ ചൂളപോലെയായി. ദിനംപ്രതി ചൂടു കൂടിക്കൂടി വരുന്നു."

അപ്പോൾ പരിഹാസസ്വരത്തിൽ ഒരാൾ ഇതിനൊരനുബന്ധം തട്ടിവിട്ടു.

"വൃക്ഷങ്ങൾ നിറഞ്ഞുനിന്ന കാടെല്ലാം പോയെങ്കിലെന്ത്? ഇപ്പോൾ കോൺക്രീറ്റ് കെട്ടിടങ്ങൾ നിരന്നുനില്ക്കുന്ന കാടുകളുണ്ടല്ലോ. അതാണു വികസനം."

അപ്പോഴാണ് ചർച്ചയ്ക്ക് ശാസ്ത്രഭാവം പകർന്നുകൊണ്ട് ഒരു യുവാവ് തന്റെ അഭിപ്രായം പ്രകടിപ്പിച്ചത്.

"ചേട്ടാ, ഇതൊക്കെ 'ആഗോളതാപനം' എന്ന പ്രതിഭാസത്തിന്റെ അനന്തരഫലമാണ്. ഇപ്പോൾ ലോകത്തിന്റെ വിവിധ ഭാഗങ്ങളിലുള്ള ശാസ്ത്രജ്ഞന്മാർ ഒറ്റയ്ക്കും കൂട്ടായും ഒക്കെ ഇതിനൊരു പരിഹാരം കാണാൻ ശ്രമിച്ചുകൊണ്ടിരിക്കുകയാണ്. അടുത്ത ഭാവിയിൽത്തന്നെ അവർ അവരുടെ ശ്രമത്തിൽ വിജയിക്കുമെന്ന് പ്രതീക്ഷിക്കാം. ഇതുവരെ മനുഷ്യരാശി നേരിട്ടിട്ടുള്ള പല പ്രശ്നങ്ങൾക്കും ശാസ്ത്രമാണല്ലോ പരിഹാരം നല്കിയിട്ടുള്ളത്."

തുടർന്ന് 'ആഗോളതാപന'ത്തെക്കുറിച്ചുള്ള തന്റെ അറിവ് എല്ലാവരുടെയും മുന്നിൽ ഒന്നു പ്രകടിപ്പിക്കുവാൻ തയ്യാറെടുക്കുന്നതിനിടയിൽ ഒരാൾ ആ അഭിപ്രായത്തെ ഖണ്ഡിച്ചുകൊണ്ട് ശക്തമായി ഇങ്ങനെ വിമർശനം ഉയർത്തി.

"നിങ്ങളെല്ലാം എന്തൊക്കെയാണീ പറയുന്നത്. കാടുവെട്ടിയതും നിലം നികത്തിയതും കുന്നിടിച്ചതും ഒക്കെ മനുഷ്യരാശിയുടെ പുരോഗതിക്കുവേണ്ടിയുള്ള വികസനപ്രവർത്തനങ്ങൾ നടത്താനല്ലേ? വാഹന

ങ്ങൾ വാങ്ങുന്നത് ജനങ്ങളുടെ യാത്രാസൗകര്യങ്ങൾ വർദ്ധിപ്പിക്കാനല്ലേ? ഇതൊന്നും ചെയ്യാതെ മനുഷ്യർ പഴയ കാട്ടുജീവികളായിത്തന്നെ കഴിഞ്ഞാൽ മതിയെന്നാണോ നിങ്ങളുടെയൊക്കെ അഭിപ്രായം? ഈ 'ആഗോളതാപനം' എന്നൊക്കെപ്പറയുന്നത് സാധാരണക്കാരനെ ഇട്ടു വിരട്ടാനല്ലേ?"

ചർച്ചയിൽ എല്ലാവരെയും തോല്പിച്ചു വിജയിയായ മട്ടിൽ അയാൾ നിർത്തി.

കുറച്ചുനേരം ഒരു നിശ്ശബ്ദത. ആദ്യം വിഷയം അവതരിപ്പിച്ച ആളിന് ഈ കടന്നാക്രമണം അത്ര ഇഷ്ടപ്പെട്ടില്ല. അയാൾ ഉടനെ ഉറക്കെത്തന്നെ പ്രതികരിച്ചു.

"ഇത്രയും വ്യാപകമായി പ്രകൃതിയെ നശിപ്പിച്ചുകൊണ്ടുള്ള, നിങ്ങൾ വിശേഷിപ്പിച്ച, ഈ 'വികസനം' എത്രകാലം നീണ്ടുനില്ക്കും? നമ്മുടെ അടുത്ത തലമുറയ്ക്കും ജീവിക്കണ്ടേ? അവർക്ക് ശുദ്ധവായുവോ ശുദ്ധജലമോ ലഭിക്കുമോ? 'ആഗോളതാപനം' എന്നതൊക്കെ സാധാരണക്കാരനെ വിരട്ടാൻ ശാസ്ത്രജ്ഞന്മാർ ഉപയോഗിക്കുന്ന പദങ്ങളാണെന്നല്ലേ നിങ്ങൾ പറഞ്ഞുവച്ചത്. നിങ്ങളും ഞാനും ഉൾപ്പെടെയുള്ള മനുഷ്യർ ഇന്നനുഭവിക്കുന്ന എല്ലാ സുഖസൗകര്യങ്ങളും ലഭ്യമാക്കാൻ വഴിയൊരുക്കിയ ശാസ്ത്രജ്ഞന്മാർ എന്തിനാണു സാധാരണക്കാരനെ വിരട്ടുന്നത്? അവർക്കതിൽനിന്നും എന്താണുനേടാനുള്ളത്?

അതിരിക്കട്ടെ! ഇന്നു നമ്മൾ അനുഭവിച്ചുകൊണ്ടിരിക്കുന്ന ഇത്രയും അമിതമായ ചൂടിന്, നിങ്ങളുടെ അഭിപ്രായത്തിൽ എന്താകാം കാരണം?"

വിമർശകൻ പെട്ടെന്ന് ഒന്നു പരുങ്ങി. എങ്കിലും അയാൾ വിട്ടുകൊടുത്തില്ല. അയാൾ ഇങ്ങനെ പറഞ്ഞു. "കാലം മുന്നോട്ടുപോകുന്തോറും സൂര്യന്റെ ചൂട് കൂടിക്കൂടി വരും. പക്ഷേ, അതിനെ നിയന്ത്രിക്കാൻ പ്രകൃതിക്കുതന്നെ സ്വന്തം മാർഗ്ഗങ്ങൾ ഉണ്ട്. അതു നിയന്ത്രിച്ചോളും. അല്ലാതെ മനുഷ്യൻ വിചാരിച്ചാൽ അതിനൊരു പരിഹാരവും കണ്ടുപിടിക്കാൻ കഴിയില്ല." ഒരു നിരാശാവാദിയുടെ മട്ടിൽ അയാൾ പറഞ്ഞൊഴിഞ്ഞു.

അതുവരെ ഈ വാദപ്രതിവാദങ്ങൾ സശ്രദ്ധം കേട്ടുകൊണ്ടിരുന്ന കുറച്ചു പ്രായംകൂടിയ ഒരാൾ ചർച്ചയിൽ ഇടപെട്ടുകൊണ്ട് അതിന്റെ പിരിമുറുക്കത്തിനൊരറുതിവരുത്തി. അദ്ദേഹം കാര്യങ്ങൾ ഇങ്ങനെ വിശദീകരിച്ചു.

"സാധാരണ ഗതിയിൽ പരിസ്ഥിതിയിൽ ഉണ്ടാകുന്ന ചെറിയ ചെറിയ മാറ്റങ്ങളെല്ലാം പ്രകൃതി സ്വയം നിയന്ത്രിക്കുകതന്നെയാണ് ചെയ്യുന്നത്. അതിനു സഹായകമായി പ്രകൃതി എപ്പോഴും ഒരു സന്തുലിതാവസ്ഥ നിലനിർത്തുന്നുണ്ട്. അതുകൊണ്ടാണല്ലോ നൂറ്റാണ്ടുകളായി എല്ലാ ജീവജാലങ്ങൾക്കും ജീവിച്ചുപോകാൻ സാധിക്കുന്ന ഒരു കാലാവസ്ഥ ഈ ഗ്രഹത്തിൽ നിലനിന്നു പോരുന്നത്. എന്നാൽ മനുഷ്യരിൽ ചിലർ അത്യാർത്തിയോടെ ബുദ്ധിശൂന്യമായി പ്രകൃതിവിഭവങ്ങൾ ഒരു പരിധിയുമില്ലാതെ ചൂഷണം ചെയ്യാൻ തുടങ്ങിയതോടെ പ്രകൃതിയിൽ നിലനിന്നിരുന്ന സന്തുലിതാവസ്ഥതന്നെ തകിടം മറിക്കപ്പെട്ടു. ആ സ്ഥിതിയിൽ പ്രകൃതിയിൽ ഉണ്ടാകുന്ന പലവിധ മാറ്റങ്ങളെയും നിയന്ത്രിക്കുവാൻ പ്രകൃതിക്കുതന്നെ സാധിക്കാത്ത നിലയിലായി. അതിലൊന്നാണ് അന്തരീക്ഷ ഊഷ്മാവിന്റെ അമിതമായ വർദ്ധന. അതിനെയാണ് ആഗോളതാപനം എന്നു വിളിക്കുന്നത്. ആ പദം ഇന്ന് ശാസ്ത്രജ്ഞന്മാർ മാത്രമൊന്നുമല്ല ഉപയോഗിക്കുന്നത്. സാധാരണക്കാരും ചൂടിനെപ്പറ്റി അവരുടെയിടയിൽ ചർച്ച ചെയ്യുമ്പോൾ ആ പദം ഉപയോഗിക്കാറുണ്ട്. അതിനാൽ എങ്ങിനെയാണ് പ്രകൃതിയുടെ സന്തുലിതാവസ്ഥ വീണ്ടെടുക്കാൻ കഴിയുക എന്നതാണ് ഇപ്പോഴത്തെ പ്രശ്നം. അതിന് യുക്തിസഹമായ ഒരു സമീപനം വേണം. ആഗോളതാപനത്തിന്റെ കാരണങ്ങൾ എന്താണെന്നു മനസ്സിലാക്കണം. അതു പരിഹരിക്കാനുള്ള ക്രിയാത്മകമായ മാർഗ്ഗങ്ങൾ എന്താണെന്നു ചിന്തിക്കണം. അതാണല്ലോ ശാസ്ത്രത്തിന്റെ രീതി. അതിനുള്ള പരിശ്രമമാണല്ലോ ശാസ്ത്രസമൂഹത്തിന്റെ നേതൃത്വത്തിൽ നടന്നുകൊണ്ടിരിക്കുന്നത്."

അല്പം ദീർഘിച്ചുപോയ ആ വിശദീകരണത്തിൽ എല്ലാവർക്കും ഒരു തൃപ്തി വന്നതുപോലെയായി.

വണ്ടി അപ്പോഴേക്കും ആലപ്പുഴ സ്റ്റേഷനിലെത്തി. ചർച്ചയിൽ പങ്കാളികളായവരും ശ്രോതാക്കളായിരുന്നവരുടെ ഒരു ഭാഗവും ട്രെയിനിൽനിന്നിറങ്ങി. അങ്ങനെ ആ ചർച്ച അവിടെ നിന്നു.

എന്തായാലും ഇന്നു വർദ്ധിച്ചു വരുന്ന ഭൂമിയുടെ ചൂടിനെപ്പറ്റിയുള്ള ആശങ്കയും അതിനെപ്പറ്റി മനുഷ്യർ ധരിച്ചു വച്ചിരിക്കുന്ന തെറ്റും ശരിയു

മായ പല കാര്യങ്ങളും ഈ ചർച്ചയിൽ കുറേയൊക്കെ പ്രതിഫലിച്ചിട്ടുണ്ട്. എന്താണെങ്കിലും ആഗോളതാപനം സാധാരണക്കാരുടെയും ശാസ്ത്രജ്ഞന്മാരുടെയും രാഷ്ട്രീയ നേതാക്കന്മാരുടെയും എല്ലാം ചർച്ചാവിഷയമായി മാറിയിരിക്കുന്നു. പരിഹരിക്കാനാവാത്ത തരത്തിൽ പ്രകൃതിയെ കടന്നാക്രമിച്ചതിന്റെ അനന്തരഫലമാണ് ഇന്നു നാം അനുഭവിക്കുന്ന പ്രകൃതിയിലെ ദുരനുഭവങ്ങൾക്കു കാരണം എന്ന് ഒരു വിഭാഗം മനുഷ്യരെങ്കിലും മനസ്സിലാക്കിയിരിക്കുന്നു എന്നതും പ്രധാനമാണ്. ഇത് പ്രകൃതിസ്നേഹികളുടെയോ ശാസ്ത്രജ്ഞന്മാരുടെയോ രാഷ്ട്രീയ നേതൃത്വത്തിന്റെയോ മാത്രം തലവേദനയല്ല. ഈ പ്രശ്നം തരണം ചെയ്യുന്നതിൽ ലോകത്തിലെ എല്ലാ മനുഷ്യർക്കും പങ്കുണ്ട് എന്ന് എല്ലാപേർക്കും ബോദ്ധ്യപ്പെടേണ്ട കാലം അതിക്രമിച്ചിരിക്കുന്നു. അതിനാൽ ഭൂമി ചുട്ടുപൊള്ളുന്നതിന്റെ പിറകിലുള്ള എല്ലാ പ്രശ്നങ്ങളും സാധാരണക്കാരുടെയിടയിലും വളരെ ലളിതമായ ശൈലിയിൽ വ്യക്തമാക്കപ്പെടേണ്ടതുണ്ട്. അതേത്തുടർന്നു മാത്രമേ നിത്യജീവിതത്തിലും ജീവിതശൈലിയിലും എല്ലാം അനുയോജ്യമായ മാറ്റങ്ങൾ വരുത്തുവാൻ അവർ തയ്യാറാവുകയുള്ളൂ.

2

ഭൂമി എന്ന മഹാത്ഭുതത്തിലേക്ക് ഒരെത്തിനോട്ടം

ഭൂമിയുടെ പൊള്ളലിനെപ്പറ്റി വ്യക്തമായി മനസ്സിലാക്കുന്നതിനുവേണ്ടി ഭൂമി എന്ന അത്ഭുതഗോളത്തെപ്പറ്റിത്തന്നെ അടിസ്ഥാനപരമായ ചില വസ്തുതകൾ ഗ്രഹിക്കേണ്ടതുണ്ട്. നമ്മുടെ സൗരയൂഥത്തിൽ ഭൂമിയെക്കൂടാതെ എട്ടു ഗ്രഹങ്ങളും അനേകം ഉപഗ്രഹങ്ങളും ഒക്കെയുണ്ടല്ലോ. എല്ലാ ഗ്രഹങ്ങളും വലുപ്പത്തിൽ വ്യത്യസ്തതയുള്ളതും സൂര്യനിൽനിന്നും വ്യത്യസ്ത അകലങ്ങളിൽ സ്ഥിതിചെയ്യുന്നതുമാണ്. ഇതുവരെ മനുഷ്യർ നടത്തിയ അന്വേഷണങ്ങളിൽനിന്നും പഠനങ്ങളിൽനിന്നും മനസ്സിലാക്കാൻ കഴിഞ്ഞത് ജീവജാലങ്ങൾക്ക് നിലനില്ക്കാൻ സാദ്ധ്യമായ ഒരു കാലാവസ്ഥയുള്ള ഗ്രഹം ഭൂമി മാത്രമേയുള്ളൂ എന്നാണ്. മറ്റെല്ലാ ഗ്രഹങ്ങളിലും ഒന്നുകിൽ അമിതമായചൂട് അല്ലെങ്കിൽ അമിതമായ തണുപ്പ് എന്ന നിലയിലാണ്. സൂര്യന്റെ ഏറ്റവും അടുത്തു സ്ഥിതിചെയ്യുന്ന ബുധന്റെ കാര്യം നോക്കുക. അത് സൂര്യനെ പ്രദക്ഷിണം ചെയ്യാൻ എടുക്കുന്ന സമയവും സ്വയം ഒരു പ്രാവശ്യം ചുറ്റാൻ എടുക്കുന്ന സമയവും ഒന്നായതുകൊണ്ട് അതിന്റെ ഒരുവശം എല്ലായ്പ്പോഴും സൂര്യനെ അഭിമുഖീകരിച്ചു നില്ക്കും. എന്നാൽ മറുവശമാകട്ടെ ഒരിക്കലും സൂര്യനെ അഭിമുഖീകരിക്കുകയുമില്ല. സൂര്യനെ അഭിമുഖീകരിച്ചു നില്ക്കുന്ന പാതിയിൽ ചൂട് 340^0 C ഉം മറുഭാഗത്തിന്റെ ഊഷ്മാവ് -270^0 C ഉം ആയിരിക്കും. ഈ ഗ്രഹത്തിന് അന്തരീക്ഷം ഒന്നുമില്ല. അതിനാൽ അവിടെ ഒരു ജീവിക്കും നിലനില്ക്കാൻ കഴിയില്ല. ശുക്രനും വളരെ ചൂടുള്ള ഒരു ഗ്രഹമാണ്. അതിന്റെ ഉപരിതല താപം ഏതാണ്ട് 480^0 C വരെ ആണ്. ഈ തരത്തിൽ മറ്റെല്ലാ ഗ്രഹങ്ങളും പരിശോധനയ്ക്കു വിധേയമാക്കുമ്പോഴാണ് ഭൂമി എന്ന ഗ്രഹം എത്ര അത്ഭുതകരമായ ഒരു പ്രതിഭാസമാണ് എന്നു വെളിപ്പെടുന്നത്.

ഏകദേശം 13000 കി.മീ. (8000 മൈൽ) വ്യാസമുള്ള ഈ ഭൂഗോളം

എങ്ങനെയാണ് ജീവജാലങ്ങൾക്ക് നിലനില്ക്കാൻ സഹായിക്കുന്ന ഒരു സാഹചര്യം ഒരുക്കിയിരിക്കുന്നതെന്നു നോക്കാം. അപ്പോൾ ഈ പ്രപഞ്ചത്തിൽ അനുനിമിഷം സ്വാഭാവികമായി നടന്നുകൊണ്ടിരിക്കുന്ന അനേകായിരം പ്രകൃതി പ്രതിഭാസങ്ങളെ നമുക്കു കണ്ടുമുട്ടാം. പരിമിതമായ മനുഷ്യന്റെ കഴിവുപയോഗിച്ച് അതിന്റെ ആഴമളക്കാൻ ശ്രമിച്ചിട്ടുണ്ട്. ശാസ്ത്രലോകം അനേകം കാര്യങ്ങൾ മനസ്സിലാക്കിയിട്ടുണ്ട്. എന്നാൽ അതിനേക്കാൾ എത്രയോ മടങ്ങു കാര്യങ്ങൾ ഇനിയും മനസ്സിലാക്കാനുമുണ്ട്. മനസ്സിലാക്കിയ കാര്യങ്ങൾതന്നെ നമ്മെ അത്ഭുതപ്പെടുത്തുന്നവയാണ്.

ഭൂമിയുടെ ഉപരിതലത്തെ വളരെ വിശാലമായി മൂന്നു മുഖ്യമണ്ഡലങ്ങളായി തരംതിരിക്കാം. മണ്ണും പാറയും മറ്റും ഉൾപ്പെടുന്ന ഖരഭാഗത്തെ ലിത്തോസ്ഫീയർ (Lithosphere) എന്നും സമുദ്രങ്ങളും ജലാശയങ്ങളും ഉൾപ്പെടുന്ന ദ്രവഭാഗത്തെ ഹൈഡ്രോസ്ഫീയർ (Hydrosphere) എന്നും പറയുന്നു. വായു നിറഞ്ഞുനില്ക്കുന്ന ഭാഗത്തെ അന്തരീക്ഷം (Atmosphere) എന്നും പറയുന്നു. അതിൽ ഭൗമോപരിതലത്തിലെ ചൂടിനെ നിയന്ത്രിക്കുന്ന കാര്യത്തിൽ നിർണ്ണായകമായ പങ്കുവഹിക്കുന്നതാണ് മൂന്നാമതായി പരാമർശിച്ച അന്തരീക്ഷം. അതിനാൽ അന്തരീക്ഷത്തിന്റെ ഘടനയെക്കുറിച്ചും അവിടെ നടന്നുകൊണ്ടിരിക്കുന്ന വളരെ അതിശയകരമായ ചില പ്രവർത്തനങ്ങളെക്കുറിച്ചും ഒരു ധാരണ ഉണ്ടാക്കാൻ ശ്രമിക്കാം.

ഭൂമിയുടെ അന്തരീക്ഷം എന്നത് പലതരം വാതകങ്ങളുടെ ഒരു മിശ്രിതമാണ്. ഏതാണ്ട് 2000 കി.മീ. ഉയരംവരെ അത് വ്യാപിച്ചു കിടക്കുന്നുണ്ട്. ഭൂമിയെ ഒരു ആവരണംപോലെ വലയം ചെയ്യുന്ന പല വാതകങ്ങളും ഉൾക്കൊള്ളുന്ന ഒരു മിശ്രിതത്തിന്റെ അദൃശ്യമായ മേഖലയാണ് അന്തരീക്ഷം എന്നു പറയാം. അന്തരീക്ഷത്തെ വായുമണ്ഡലം എന്നും വിളിക്കാറുണ്ട്. അന്തരീക്ഷത്തിന്റെ ഊഷ്മാവ് ഉയരം കൂടുന്തോറും വ്യത്യാസപ്പെട്ടുകൊണ്ടിരിക്കുന്നു. ചൂടിന്റെ വ്യതിയാനമനുസരിച്ച് അന്തരീക്ഷത്തിനെ വിവിധ തട്ടുകളായി തിരിച്ച് പരിഗണിക്കുന്നുണ്ട്. പൊതുവിൽ നാലു മണ്ഡലങ്ങളായിട്ടാണ് തരംതിരിച്ചിരിക്കുന്നത്.

(1) ഭൂസ്പർശ മണ്ഡലം (Troposphere)
(2) പാളീമണ്ഡലം (Stratosphere)
(3) താപമണ്ഡലം (Thermosphere)
(4)എക്സോസ്ഫീയർ (Exosphere)

ഭൂമിയുടെ ഉപരിതലം മുതൽ ശൂന്യാകാശത്തിന്റെ അതിരുവരെ വ്യാപിച്ചു കിടക്കുന്ന അന്തരീക്ഷത്തെയാണ് മേല്സൂചിപ്പിച്ച മണ്ഡലങ്ങളായി വിഭജിച്ചിരിക്കുന്നത്.

ഭൂമിയുടെ ഉപരിതലത്തോട് ഏറ്റവും അടുത്തു സ്ഥിതിചെയ്യുന്ന വായുപാളിയെയാണ് ഭൂസ്പർശമണ്ഡലം എന്നു വിളിക്കുന്നത്. ഇത് 11

കി മീ വണ്ണമുള്ള ഒരു പുതപ്പുപോലെ ഭൂമിയെ ആവരണം ചെയ്തിരിക്കുന്നു. യഥാർത്ഥത്തിൽ ഈ മണ്ഡലത്തിലാണ് നമ്മുടെ ദിവസേനയുള്ള കാലാവസ്ഥാമാറ്റങ്ങൾക്കുള്ള പ്രക്രിയകൾ അരങ്ങേറുന്നത്.

ഭൂസ്പർശമണ്ഡലത്തിന്റെ മുകളിലായി അടുത്ത 40 കിലോമീറ്ററോളം ഉയരത്തിൽവരെ വ്യാപിച്ചു കിടക്കുന്ന, കുറേക്കൂടി ഉറപ്പുള്ള വായുമണ്ഡലമാണ് പാളീമണ്ഡലം. അതിനും മുകളിൽ അടുത്ത 500 കിലോമീറ്ററോളം വ്യാപിച്ചു കിടക്കുന്ന മണ്ഡലത്തെ താപമണ്ഡലം എന്നു പറയുന്നു. അതിനും മുകളിലുള്ള മണ്ഡലത്തെ എക്സോസ്ഫിയർ എന്നു വിളിക്കുന്നു. അത് താപമണ്ഡലത്തിന്റെ മുകളിൽ തുടങ്ങി ശൂന്യാകാശം വരെ വ്യാപിച്ചു കിടക്കുന്നു.

ഭൂമിയുടെ ഉപരിതലത്തോടു തൊട്ടുനില്ക്കുന്ന ഭൂസ്പർശമണ്ഡലത്തിന്റെ ആന്തരഘടന പരിശോധിച്ചാൽ അതിൽ മുഖ്യമായി ഉൾക്കൊണ്ടിരിക്കുന്നത് നൈട്രജനും ഓക്സിജനും ആണെന്നു കാണാവുന്നതാണ്. ആകെ അളവിന്റെ 99 ശതമാനത്തിലധികവും ഈ രണ്ടു വാതകങ്ങളാണ്. എന്നാൽ ഇവ രണ്ടും കൂടാതെ വളരെ വളരെ ചെറിയ അളവിൽ മറ്റു പല വാതകങ്ങളും ഈ തട്ടിലുണ്ട്. എന്നു മാത്രവുമല്ല ഭൂമിയുടെ കാലാവസ്ഥാനിയന്ത്രണത്തിൽ അവയുടെയൊക്കെ സ്വാധീനം വളരെ നിർണ്ണായകമാണെന്നും കാണാം. അതിന്റെ ഘടനാരൂപം താഴെ കൊടുക്കുന്നു.

ശുദ്ധമായ ഈർപ്പരഹിത വായുവിന്റെ ഘടന

ഘടകം	വ്യാപ്തത്തിന്റെ ശതമാനം
നൈട്രജൻ	78.084
ഓക്സിജൻ	20.9476
ആർഗോൺ	0.934
കാർബൺ ഡൈ ഓക്സൈഡ്	0.0314
നിയോൺ	0.001818
ഹീലിയം	0.00523
മീഥെയിൻ	0.0002
ക്രിപ്റ്റോൺ	0.00014
സൾഫർഡയോക്സൈഡ്	0.0001
ഹൈഡ്രജൻ	0.00005
നൈട്രസ് ഓക്സൈഡ്	0.00005
സെനോൺ	0.0000087
ഓസോൺ (സമ്മറിൽ)	0 മുതൽ 0.000007
ഓസോൺ (വിന്ററിൽ)	0 മുതൽ 0.000002
അയൊഡിൻ	0 മുതൽ 0.000001
നൈട്രജൻ ഡൈ ഓക്സൈഡ്	0.000002

അമോണിയ	അംശങ്ങൾ
കാർബൺ മോണോക്സൈഡ്	0.1 പി പി എം മുതൽ 0.2 പി പി എം വരെ.

ഇതുകൂടാതെ ജലബാഷ്പവും ഉണ്ടാകും. ഭൂസ്പർശമണ്ഡലത്തിന്റെ ഏറ്റവും മുകൾഭാഗത്തെ ചൂട് ശരാശരി -16^0 C ആണ്.

പാളീമണ്ഡലത്തിന്റെ താപനില -16^0 C നും -4^0 C നും മദ്ധ്യേയാണ്. എന്നാൽ ഈ തട്ടിലാണ് ഓസോൺ പാളി സ്ഥിതിചെയ്യുന്നത്. സൂര്യനിൽനിന്നും ഭൂമിയിലേക്കു വരുന്ന അൾട്രാവയലറ്റ് രശ്മികളെ തടഞ്ഞു നിർത്തി മനുഷ്യരാശിയെ മാരകമായ രോഗങ്ങളിൽനിന്നും രക്ഷിക്കാനുള്ള പ്രവർത്തനം നടത്തുന്നത് ഓസോൺ പാളിയാണ്.

ഭൂമിയുടെ താപവും കാലാവസ്ഥയും ഒക്കെ നിയന്ത്രിക്കുന്നതിൽ ഭൗമാന്തരീക്ഷം, പ്രത്യേകിച്ചും അതിന്റെ ഭൂമിയോടടുത്തു കിടക്കുന്ന പാളിയായ ഭൂസ്പർശമണ്ഡലം നടത്തുന്ന നിർണ്ണായകമായ പങ്ക് മാനവരാശിയുടെ ജീവിതവുമായി ബന്ധപ്പെടുത്തി പരിശോധിക്കുമ്പോൾ വളരെ വളരെ പ്രധാനമാണെന്നു മനസ്സിലാകും. പ്രകൃതിയിൽ നിലനിന്നിരുന്ന ഒരു സന്തുലിതാവസ്ഥയുടെ ഫലമായി കോടാനുകോടി വർഷങ്ങളായി അന്തരീക്ഷവായുവിന്റെ രാസഘടന ഒരേപോലെ തുടരുകയും എല്ലാ ജീവജാലങ്ങൾക്കും ജീവിക്കാനനുകൂലമായ താപനില ലഭ്യമാക്കുകയും ചെയ്തിരുന്നു. അതിനു സഹായകമായ എന്തെല്ലാം പ്രതിഭാസങ്ങളാണ് സ്വാഭാവികമായി ഈ അന്തരീക്ഷത്തിൽ നടന്നിരുന്നത് എന്നു പരിശോധിക്കുമ്പോഴാണ് നാം അത്ഭുതപ്പെട്ടുപോകുന്നത്.

സൂര്യനിൽനിന്നും ഭൂമിയിലേക്ക് പതിക്കുന്ന ഹ്രസ്വ തരംഗ ഊർജ്ജത്തെ ഒരു തടസ്സവുമില്ലാതെ അന്തരീക്ഷം ഭൂമിയിലേക്ക് കടത്തിവിടുന്നു. എന്നാൽ അതു ഭൂമിയിൽ പതിച്ചിട്ട് വികിരണമേറ്റു മടങ്ങുമ്പോൾ അതിലെ ഇൻഫ്രാറെഡ് രശ്മികളെ അന്തരീക്ഷവായുവിലെ ചില ഘടകങ്ങൾ ചേർത്ത് തടഞ്ഞുനിർത്തുന്നു. മുഖ്യമായി ഈ രശ്മികളെ തടഞ്ഞു നിർത്തുന്ന ഘടകങ്ങൾ കാർബൺ ഡൈ ഓക്സൈഡും മീഥെയിനും ജലബാഷ്പവും ആണ്. അതിനാൽ വികിരണം ചെയ്യപ്പെട്ടുവരുന്ന ഊർജ്ജത്തിന്റെ ഒരു നല്ല വിഹിതം അന്തരീക്ഷത്തിന്റെ താഴത്തെ തലത്തിൽത്തന്നെ തങ്ങി നില്ക്കുകയും ക്രമേണ അന്തരീക്ഷത്തിന്റെ താപം വർദ്ധിക്കുകയും ചെയ്യുന്നു. സൂര്യനിൽനിന്നും ഭൂമിയിലേക്കു പതിക്കുന്ന മുഴുവൻ ഊർജ്ജവും വികിരണത്തിനുശേഷം മടങ്ങിപ്പോയിരുന്നെങ്കിൽ ഭൂമിയുടെ അന്തരീക്ഷത്തിലെയും ഊഷ്മാവ് -18^0C യിൽ നില്ക്കുമായിരുന്നു. അങ്ങനെയെങ്കിൽ ഭൂമിയിലെ ജലം മുഴുവൻ മഞ്ഞുകട്ടയായി മാറുമായിരുന്നു. ഒരു ജീവജാലവും ഇവിടെ ഉണ്ടാകുമായിരുന്നില്ല. എന്നാൽ നേരത്തെ സൂചിപ്പിച്ച 'തടഞ്ഞുനിർത്തൽ' പ്രക്രിയകൊണ്ട് അന്തരീക്ഷത്തിന്റെ ശരാശരി ഊഷ്മാവ് 15^0C യിൽ നിലനിർത്താൻ കഴിയുന്നു. അതുകൊണ്ടാണ് ഭൂമിയിൽ ജീവൻ നിലനിർത്താൻ സഹായകമായി ഭവിച്ചത്. ഏതാണ്ട് 10000 ൽ അധികം വർഷങ്ങളായി അന്തരീക്ഷ ഊഷ്മാവ്

ശരാശരി 15°C ൽതന്നെ നിലനിന്നു പോരുകയായിരുന്നു. അതിനു മുഖ്യമായി സഹായിക്കുന്നത് കാർബൺ ഡൈ ഓക്സൈഡ്, മീഥെയിൻ, ജലബാഷ്പം എന്നിവയാണ്.

പ്രകൃതിയിൽ സ്വാഭാവികമായി നടക്കുന്ന ഈ പ്രവർത്തനത്തെ 'ഹരിത ഗൃഹ പ്രഭാവം' എന്നും ഇതിനു കാരണക്കാരായ വാതകങ്ങളെ 'ഹരിതഗൃഹവാതകങ്ങൾ' എന്നും പറയുന്നു. എന്തുകൊണ്ടാണ് ഈ പ്രക്രിയയെ ഹരിതഗൃഹ പ്രഭാവം (Green House Effect) എന്നു പറയുന്നത് എന്നു പരിശോധിക്കാം.

കൂടുതൽ ചൂട് ആവശ്യമുള്ള ചെടികൾ വളർത്താനും മറ്റും മിതശീതോഷ്ണ മേഖലകളിൽ പലപ്പോഴും ഹരിതഗൃഹങ്ങൾ നിർമ്മിക്കാറുണ്ട്. ഇങ്ങനെ നിർമ്മിക്കുന്ന ഗൃഹങ്ങളുടെ മേല്ക്കൂര മുഴുവനും കണ്ണാടി ആയിരിക്കും. അതിന്റെ ഭിത്തികളും മറ്റും നിർമ്മിച്ചിരിക്കുന്നത് തടിയോ ഇരുമ്പോ മറ്റോ കൊണ്ടായിരിക്കും. സൂര്യരശ്മി ഈ കണ്ണാടി പ്രതലത്തിലേക്ക് പതിക്കുമ്പോൾ അതിലെ ഊർജ്ജരൂപമായ പ്രകാശത്തെ അകത്തേക്ക് കടത്തിവിടുന്നു. അതേസമയം സൂര്യരശ്മിയിലെ താപോർജ്ജത്തെ കടക്കാൻ അനുവദിക്കുന്നുമില്ല. താപവികിരണത്തിന്റെ തരംഗദൈർഘ്യം പ്രകാശകിരണങ്ങളുടേതിനെക്കാൾ വളരെ കൂടുതലാണ്. അതിനാലാണ് താപവികിരണം തടയപ്പെടുന്നത്. ഹരിതഗൃഹത്തിനകത്തേക്ക് തുടർച്ചയായി പ്രകാശോർജ്ജം വന്നുകൊണ്ടിരിക്കുമ്പോൾ ആ ഊർജ്ജം സ്വീകരിച്ച്, ഹരിത ഗൃഹത്തിന്റെ അകവും അതിലെ വസ്തുക്കളും ചൂടാകും. അപ്പോൾ അവ താപവികിരണം നടത്തും. പക്ഷേ, ചൂട് മേല്പോട്ടുപോയി കണ്ണാടിയിൽ തട്ടി, പുറത്തു പോകാൻ കഴിയാതെ അവിടെ കുടുങ്ങുന്നു. ഈ പ്രക്രിയ തുടരുമ്പോൾ ഹരിതഗൃഹത്തിനകത്തെ ചൂട് ക്രമമായി വർദ്ധിച്ച് പുറത്തുള്ളതിനേക്കാൾ കൂടിയ നിലയിൽ എത്തും. ഈ പ്രതിഭാസത്തെ "ഹരിതഗൃഹ പ്രഭാവം" എന്നു പറയുന്നു.

നേരത്തെ സൂചിപ്പിച്ച, അന്തരീക്ഷത്തിൽ നടന്നുകൊണ്ടിരിക്കുന്ന പ്രക്രിയയും ഹരിതഗൃഹത്തിൽ നടക്കുന്ന പ്രക്രിയയും സമാനമായതുകൊണ്ടാണ് അതിനെയും ഹരിതഗൃഹപ്രഭാവം എന്നു വിളിക്കുന്നത്. അതിനു കാരണക്കാരായ വാതകങ്ങളെ ഹരിതഗൃഹവാതകങ്ങളെന്നും. അങ്ങനെ ഭൂമിയുടെ അന്തരീക്ഷത്തിൽ നൂറ്റാണ്ടുകളായി നടന്നുകൊണ്ടിരിക്കുന്ന സ്വാഭാവികമായ ഹരിതഗൃഹപ്രഭാവത്തിന്റെ ഏറ്റവും മേന്മയേറിയ സംഭാവനയാണ് ഈ ഭൂമിയെ ജീവയോഗ്യമായ നിലയിൽ ചൂടാക്കി നിർത്തിയിരിക്കുന്നത്. ഇതിനുസഹായകമായ ഹരിതഗൃഹവാതകങ്ങളിൽ മുഖ്യമായത് കാർബൺ ഡൈ ഓക്സൈഡാണ്. അന്തരീക്ഷത്തിൽ പ്രകൃത്യായുള്ള അതിന്റെ സാന്നിദ്ധ്യം 0.031 ശതമാനമേയുള്ളൂ. എങ്കിലും തരംഗദൈർഘ്യം കൂടിയ താപവികിരണങ്ങളെ തടയുകയും പ്രകാശകിരണങ്ങളെ കടത്തിവിടുകയും ചെയ്യുന്ന സ്വഭാവം കാർബൺ ഡൈ ഓക്സൈഡിന്റെ കണികകൾക്കുള്ളതുകൊണ്ട് അന്തരീക്ഷത്തിൽ ഈ

വാതകത്തിന്റെ അളവു കൂടിയാൽ ഹരിതഗൃഹപ്രഭാവം വളരെ ശക്തമാകും. വ്യവസായ വിപ്ലവത്തിനുശേഷം വിവിധതരം മനുഷ്യപ്രവർത്തനങ്ങളുടെ ഫലമായി അന്തരീക്ഷത്തിലേക്ക് ധാരാളം കാർബൺ ഡൈഓക്സൈഡും ഹരിതഗൃഹ പ്രഭാവത്തിന് ആക്കം കൂട്ടുന്ന ക്ലോറോഫ്ളൂറോ കാർബൺ പോലുള്ള വാതകങ്ങളും കടന്നുവരുന്നതിന്റെ ഫലമായി അന്തരീക്ഷത്തിൽ നിലനിന്നിരുന്ന സന്തുലിതാവസ്ഥയ്ക്ക് വലിയ കോട്ടം തട്ടിയിരിക്കുന്നു. അതിന്റെ അനന്തരഫലമായിട്ടാണ് ഇന്നു നാം വലിയ കാലാവസ്ഥാവ്യതിയാനം നേരിടേണ്ടി വരുന്നത്.

എന്നാൽ ഇപ്പോൾ കാണുന്ന കാലാവസ്ഥാ വ്യതിയാനത്തിനു മുഖ്യകാരണം മനുഷ്യന്റെ പ്രവൃത്തികൾ തന്നെയാണെന്നുള്ള തിരിച്ചറിവ് മനുഷ്യരാശിക്കുണ്ടാവുന്നത് വളരെക്കാലം കഴിഞ്ഞിട്ടാണ്. തിരിച്ചറിഞ്ഞപ്പോഴേക്കും പ്രശ്നം വളരെ ഗുരുതരമായിക്കഴിഞ്ഞിരുന്നു. പ്രശ്നപരിഹാരത്തിനുള്ള ചർച്ചകൾ ആരംഭിച്ചപ്പോൾത്തന്നെ വികസിത രാജ്യങ്ങളും വികസ്വര രാജ്യങ്ങളും വ്യത്യസ്തമായ സമീപനങ്ങളും കാഴ്ചപ്പാടുകളും അവതരിപ്പിക്കുകയുണ്ടായി. അതുകൊണ്ടുതന്നെ സ്ഥായിയായ ഒരു നിർദ്ദേശവും ഇതുവരെയും ഉരുത്തിരിഞ്ഞില്ല. പ്രശ്നത്തിന്റെ ഗുരുതരാവസ്ഥ ലോകരാഷ്ട്രങ്ങളെ ബോദ്ധ്യപ്പെടുത്തുന്നതിൽ ഐക്യരാഷ്ട്ര സംഘടനയും അതിന്റെ പോഷകസംഘടനകളും വഹിച്ച പങ്ക് വളരെ നിർണ്ണായകമാണ്.

3

ലോകം തിരിച്ചറിവിന്റെ പാതയിൽ

ആയിരത്തി എണ്ണൂറ്റി തൊണ്ണൂറ്റിയാറിൽ സ്വീഡനിലെ രസതന്ത്ര ശാസ്ത്രജ്ഞനായിരുന്ന സ്വാന്തെ അറീനിയസ് (Svante Arrhenius) ആണ് ആദ്യമായി ഭൂമിയുടെ 'പനി'യെപ്പറ്റി ശാസ്ത്രീയമായി പ്രതികരിച്ചത്. വർദ്ധിച്ചുവരുന്ന വ്യാവസായിക പ്രവർത്തനങ്ങൾ പ്രകൃതിയുടെ സന്തുലനാവസ്ഥയെ തകിടം മറിക്കുമെന്നും വർദ്ധിച്ചുകൊണ്ടേയിരിക്കുന്ന കാർബൺ ഡൈ ഓക്സൈഡിന്റെ അളവ് കാരണം ഭൂമിയുടെ ചൂട് ക്രമേണ ഉയരുമെന്നും അദ്ദേഹം പ്രവചിച്ചു. ഹരിതഗൃഹ പ്രഭാവം കൊണ്ടാണ് ഭൂമിയുടെ ചൂട് വർദ്ധിക്കുന്നതെന്ന് അർത്ഥശങ്കയ്ക്കിടയില്ലാതെ അദ്ദേഹം വ്യക്തമാക്കി. എന്നാൽ 1957 വരെയും അറീനിയസിന്റെ പ്രവചനത്തിന് ഒരു പ്രതികരണവും ഉണ്ടായില്ല. ആ വർഷത്തിൽ കാലിഫോർണിയായിലെ 'സ്ക്രിപ്ഡ് ഇൻസ്റ്റിറ്റ്യൂഷൻ ഓഫ് ഓഷ്യനോഗ്രാഫി' എന്ന സ്ഥാപനം ഒരു പഠനറിപ്പോർട്ട് പ്രസിദ്ധീകരിച്ചു. വ്യാവസായിക പ്രക്രിയകളിലൂടെ പുറത്തേക്കു തള്ളുന്ന കാർബൺ ഡൈ ഓക്സൈഡിന്റെ പകുതിയോളം അന്തരീക്ഷത്തിൽ സ്ഥിരമായി തളച്ചിടപ്പെടുന്നു എന്നായിരുന്നു ആ പഠനറിപ്പോർട്ടിലൂടെ പ്രധാനമായും ലോകത്തെ അറിയിച്ചത്.

ഈ ഒരു പശ്ചാത്തലത്തിലാണ് ഐക്യരാഷ്ട്രസംഘടനയുടെ ശ്രദ്ധയിലേക്ക് ഈ പ്രശ്നം കടന്നുവരുന്നത്. 1945 ൽ ഐക്യരാഷ്ട്ര സംഘടന രൂപീകരിക്കപ്പെട്ടതിനുശേഷം രാഷ്ട്രീയ പ്രശ്നങ്ങളല്ലാതെ അതു കൈകാര്യം ചെയ്തിരുന്നത് അവികസിത രാജ്യങ്ങളുടെ സാമ്പത്തിക വികസനവുമായി ബന്ധപ്പെട്ട കാര്യങ്ങൾ മാത്രമായിരുന്നു. എന്നാൽ സ്വീഡൻ എന്ന ചെറിയ രാജ്യം 'മനുഷ്യ പ്രകൃതി (Human Enviroment) എന്ന ഒരു പുതിയ അജണ്ട സാമ്പത്തിക-സാമൂഹ്യ കൗൺസിലിന്റെ (Economic and Social Council) മുന്നിൽ കൊണ്ടുവന്നു. ആ രാജ്യത്തിലെ കീടനാശിനികളുടെ പ്രയോഗം കൊണ്ടുണ്ടായ നശീകരണ പ്രവ

ണത, അമ്ലമഴയുടെ വിനാശം തുടങ്ങിയ പലതരം സംഭവങ്ങളുടെയും അടിസ്ഥാനത്തിലാണ് ഈ വിഷയത്തിന്റെ ഗൗരവം കൗൺസിലിനു മുന്നിൽ അവതരിപ്പിച്ചത്. ആ പ്രശ്നത്തിൽ ഉൾക്കൊണ്ടിരുന്ന സങ്കീർണ്ണത മനസ്സിലാക്കിക്കൊണ്ടുതന്നെ ഐക്യരാഷ്ട്രസംഘടനയുടെ പൊതുസഭയുടെ അടിയന്തരശ്രദ്ധയിലേക്ക് ഈ വിഷയം വരേണ്ടതുണ്ട് എന്ന് കൗൺസിലിന് പൂർണ്ണമായും ബോദ്ധ്യമായി. അതുകൊണ്ട്, അജണ്ടയെ വിശദീകരിച്ചുകൊണ്ടുള്ള ഒരു പ്രമേയത്തിലൂടെ 1968 ജൂലൈ 30ന് ഈ വിഷയത്തിൽ ഒരു അന്താരാഷ്ട്ര സമ്മേളനം വിളിച്ചു ചേർത്ത് ഗൗരവതരമായ ചർച്ച സംഘടിപ്പിക്കണമെന്ന് ഐക്യരാഷ്ട്രസംഘടനയുടെ പൊതുസഭയോട് സാമ്പത്തിക-സാമൂഹിക കൗൺസിൽ അഭ്യർത്ഥിക്കുകയുണ്ടായി.

പൊതുസഭയ്ക്ക് ഈ പ്രശ്നത്തിന്റെ ഗൗരവം ബോദ്ധ്യപ്പെട്ടു. ഒരു അന്താരാഷ്ട്ര പരിസ്ഥിതി സമ്മേളനം വിളിച്ചുകൂട്ടാൻ തീരുമാനിച്ചുകൊണ്ട് 1968 ഡിസംബർ മൂന്നാംതീയതി പൊതുസഭ ഒരു പ്രമേയം പാസാക്കി. സാമ്പത്തിക-സാമൂഹ്യ സമിതിയുടെ പ്രമേയത്തിൽ ഉന്നയിച്ച പ്രശ്നങ്ങളും പൊതുസഭയുടെ ശ്രദ്ധയിൽപ്പെട്ട പരിസ്ഥിതി സംബന്ധമായ വസ്തുതകളും കണക്കിലെടുത്തുകൊണ്ടാണ് ആ പ്രമേയം തയ്യാറാക്കിയത്. പല പരിസ്ഥിതി പ്രശ്നങ്ങളുടെയും കാതലായ ചില വശങ്ങൾ ആ പ്രമേയത്തിൽത്തന്നെ പ്രതിഫലിച്ചിട്ടുണ്ടായിരുന്നു. അതിന്റെ ചുരുക്കം ഇപ്രകാരമായിരുന്നു.

വികസനത്തിന്റെ ശാസ്ത്രീയവും സാങ്കേതികവുമായ മാർഗ്ഗങ്ങൾ എല്ലാ രാജ്യങ്ങളും പിന്തുടർന്നുകൊണ്ടിരിക്കുകയാണ്. അതിന്റെ അനന്തരഫലമായി മനുഷ്യനും അവന്റെ പരിസ്ഥിതിയും തമ്മിലുള്ള ബന്ധത്തിൽ കാതലായ വ്യത്യാസം വന്നു. ഈ മാറ്റം മനുഷ്യന്റെ ആവശ്യങ്ങളും അഭിലാഷങ്ങളും തൃപ്തിപ്പെടുത്താൻ, അതുവരെയില്ലാതിരുന്ന അവസരങ്ങൾ അവനു നല്കി. അതോടൊപ്പം അതിന്റെ കടിഞ്ഞാണില്ലാത്ത ഉപയോഗത്തിൽ വലിയ ആപത്ത് ഒളിഞ്ഞിരിക്കുന്നുമുണ്ട്. ജലം -വായു മലിനീകരണവും മണ്ണിന്റെ ഗുണനിലവാരത്തകർച്ചയും കൂടിക്കൊണ്ടിരിക്കുകയും ഉയർന്നുകൊണ്ടിരിക്കുകയുമാണ്. ജനസംഖ്യാപെരുപ്പം ക്രമാതീതമായിരിക്കുന്നു. നഗരവല്കരണമാണ് മറ്റൊരു ഭീഷണി. തൽഫലമായി വികസിത രാഷ്ട്രങ്ങളുടെയും വികസ്വര രാഷ്ട്രങ്ങളുടെയും പരിസ്ഥിതി നിലവാരം അടിക്കടി തകർന്നുകൊണ്ടിരിക്കുന്നു. മനുഷ്യന്റെ ശാരീരികവും മാനസികവും സാമൂഹികവുമായ ക്ഷേമം, അന്തസ്സ്, മൗലികമായ മനുഷ്യാവകാശങ്ങളുടെ ആസ്വാദനം എന്നിവയെയെല്ലാം ഇതു പ്രതികൂലമായി ബാധിക്കുന്നുണ്ട്. ശരിയായ സാമ്പത്തിക-സാമൂഹിക വികസനം നടക്കണമെങ്കിൽ മാനവ പരിസ്ഥിതി പ്രശ്നങ്ങളിൽ മനുഷ്യർ കൂടുതൽ ശ്രദ്ധ പതിപ്പിക്കണം. വികസ്വര രാഷ്ട്രങ്ങൾക്ക് പരിസ്ഥിതി സംബന്ധമായ അറിവു ലഭിക്കാനും പരിസ്ഥിതി പ്രശ്നങ്ങൾക്കു പരിഹാരം കാണാനുമുള്ള പ്രവർത്തനങ്ങൾ നടത്താനും അന്താരാഷ്ട്ര സഹകരണം സഹായകമാകും.

അതിനകംതന്നെ ഐക്യരാഷ്ട്ര സംഘടനയുമായി ബന്ധപ്പെട്ട, ഐ

എൽ ഒ, യുനെസ്കോ, ലോകാരോഗ്യ സംഘടന തുടങ്ങിയവ കൈകാര്യം ചെയ്ത ചില പ്രത്യേക പാരിസ്ഥിതിക പ്രശ്നങ്ങളെ ആ പ്രമേയത്തിൽ പേരെടുത്തു പറഞ്ഞ് സൂചിപ്പിക്കുകയും ചെയ്യുന്നുണ്ട്. ലോകരാഷ്ട്രങ്ങളിൽ എമ്പാടും ഉയർന്നുവന്നിട്ടുള്ള പ്രധാന പാരിസ്ഥിതിക പ്രശ്നങ്ങളെക്കുറിച്ച് വളരെ സംക്ഷിപ്തമായ ഒരു റിപ്പോർട്ട് പൊതുസഭയുടെ മുമ്പാകെ സമർപ്പിക്കാൻ ആ പ്രമേയം യു എൻ സെക്രട്ടറി ജനറലിനോടാവാശ്യപ്പെടുകയും ചെയ്തു. എന്തായാലും ഇത്തരത്തിൽ ഒരു ലോക സമ്മേളനം സംഘടിപ്പിക്കേണ്ടതിന്റെ ആവശ്യകത പൊതുസഭയ്ക്ക് പൂർണ്ണമായും ബോദ്ധ്യമായി എന്ന കാര്യം പ്രമേയത്തിന്റെ അവസാനത്തിൽ ഊന്നി പ്രസ്താവിക്കുകയും ചെയ്യുന്നു. പ്രമേയത്തിൽ ഇങ്ങനെ സൂചിപ്പിക്കുന്നു. "മനുഷ്യന്റെ താല്പര്യാർത്ഥം പ്രകൃതി പരിസരങ്ങളെ സംരക്ഷിക്കുകയും മെച്ചപ്പെടുത്തുകയും ചെയ്തുകൊണ്ട് പരിസ്ഥിതിയുടെ നാശം പരിമിതപ്പെടുത്തുകയും കഴിയുന്നിടങ്ങളിലെല്ലാം ഒഴിവാക്കുകയും ചെയ്യാൻ പ്രാദേശികവും ദേശീയവും അന്താരാഷ്ട്രീയവുമായ തലങ്ങളിൽ തീവ്രപരിശ്രമം നടത്തേണ്ടത് ആവശ്യമാണ്."

ഈ പ്രമേയത്തിന്റെ അടിസ്ഥാനത്തിൽ ആദ്യമായി പരിസ്ഥിതിയുമായി ബന്ധപ്പെട്ട ഒരു ലോകസമ്മേളനം 1972 ജൂൺ 5 മുതൽ 16 വരെ സ്വീഡനിലെ സ്റ്റോക്ഹോമിൽ വച്ചു നടത്താൻ തീരുമാനിച്ചു. "മനുഷ്യ-പ്രകൃതിയിന്മേലുള്ള ഐക്യരാഷ്ട്ര സമ്മേളനം" (U N Conference on Human Environment) എന്ന പേരിൽ നടന്ന ഈ സമ്മേളനം പരിസ്ഥിതി സംരക്ഷണത്തിന്റെ പ്രാധാന്യത്തെക്കുറിച്ച് ലോകജനതയ്ക്കാകമാനം അവബോധം സൃഷ്ടിക്കാൻ സഹായിച്ച ഒരു കൂടിച്ചേരലായിട്ടാണ് പര്യവസാനിച്ചത്. ആഗോളതാപനം ഉൾപ്പെടെയുള്ള അനേകം പാരിസ്ഥിതിക പ്രശ്നങ്ങളെക്കുറിച്ച് യഥാർത്ഥ തിരിച്ചറിവ് ജനങ്ങൾക്കുണ്ടായത് ഈ സമ്മേളനവേദിയിൽ നടന്ന ആഴത്തിലുള്ള ചർച്ചകളിലൂടെയും സമ്മേളനത്തിനൊടുവിൽ പുറപ്പെടുവിച്ച പ്രസ്താവനയിലൂടെയും അതിനോടനുബന്ധിച്ചു പ്രസിദ്ധീകരിച്ച തത്ത്വപ്രസ്താവനകളിലൂടെയും ആയിരുന്നു എന്ന യാഥാർത്ഥ്യം നിലനില്ക്കുന്നു.

സ്റ്റോക്ഹോം സമ്മേളനപ്രഖ്യാപനത്തിന്റെ അന്തഃസത്ത താഴെക്കൊടുക്കുന്നു.

1. മനുഷ്യൻ പരിസ്ഥിതിയുടെ സൃഷ്ടിയാണ്; അതേസമയം അതിനെ രൂപപ്പെടുത്തുന്നവനുമാണ്. അവന്റെ ശാരീരികമായ നിലനില്പിന്റെ അടിസ്ഥാനപരവും ബുദ്ധിപരവും ധാർമ്മികവും ആത്മീയവുമായ പുരോഗതിക്ക് കളമൊരുക്കുന്നതും പരിസ്ഥിതിയാണ്. ഭൂമിയിൽ മനുഷ്യസമൂഹത്തിന്റെ സുദീർഘമായ പരിണാമത്തിന്റെ ഗതിവിഗതികളിൽ, എണ്ണമറ്റ മാർഗ്ഗങ്ങളിലൂടെ പരിസ്ഥിതിയെ മുമ്പത്തെക്കാളേറെ മാറ്റിമറിക്കാനുള്ള കഴിവ് മനുഷ്യന് കൈവന്നിരിക്കുന്ന കാലഘട്ടമാണിത്. പരിസ്ഥിതിക്ക് സ്വാഭാവികവും കൃത്രിമവും എന്ന രണ്ടു വശങ്ങളുണ്ട്. ഇവ രണ്ടും മനുഷ്യക്ഷേമത്തിനും മനു

ഷ്യാവകാശങ്ങളുടെ ആസ്വാദനത്തിനും സർവ്വോപരി ജീവിക്കാനുള്ള അവകാശത്തിനും അത്യന്താപേക്ഷിതമാണ്.

2. മാനവ പരിസ്ഥിതിയുടെ സംരക്ഷണവും മെച്ചപ്പെടുത്തലും ജനക്ഷേമത്തെയും ലോകത്തിന്റെ സാമ്പത്തിക വികസനത്തെയും ബാധിക്കുന്ന ഒരു പ്രധാന പ്രശ്നമാണ്. അതുകൊണ്ടുതന്നെ അത് ലോകത്തിലെ മുഴുവൻ ജനങ്ങളുടെയും അടിയന്തരമായ അഭിലാഷവും സർക്കാരുകളുടെ മുഖ്യകടമയുമാണ്.

3. മനുഷ്യൻ പുതിയ പുതിയ കണ്ടുപിടിത്തങ്ങളും മുന്നേറ്റങ്ങളും നടത്തിക്കൊണ്ടിരിക്കുന്നു. അതോടൊപ്പം അതിന്റെ ഭവിഷ്യത്തുകളെ വിലയിരുത്തുകയും വേണം. പരിസ്ഥിതിയിൽ മാറ്റം വരുത്താൻ മനുഷ്യനു കഴിയും. പക്ഷേ, ആ കഴിവ് വിവേകപൂർവ്വം വിനിയോഗിക്കണം. ഇന്ന് വികസന നേട്ടങ്ങൾ ഉണ്ടാക്കാനും ജീവിതനിലവാരം ഉയർത്താനും ഉള്ള അവസരം എല്ലാ ജനങ്ങൾക്കും ലഭ്യമാണ്. എന്നാൽ അതിനുള്ള കഴിവ് തെറ്റായിട്ടോ അശ്രദ്ധയോടെയോ പ്രയോഗിച്ചാൽ മനുഷ്യസമൂഹത്തിനും മാനവ പരിസ്ഥിതിക്കും അളവറ്റ ദ്രോഹം ചെയ്യും.

ഇന്ന് ഇത്തരത്തിലുള്ള ദ്രോഹങ്ങൾ വർദ്ധിച്ചുകൊണ്ടിരിക്കുന്നതിന്റെ ഉദാഹരണങ്ങൾ നമുക്കു ചുറ്റുപാടും കാണാനാകും. ജലം, വായു, ഭൂമി, ജീവികൾ എല്ലാം അപകടകരമമായ മലിനീകരണത്തിന്റെ പിടിയിലാണ്. ജീവമണ്ഡലത്തിലെ പാരിസ്ഥിതിക സമതുലിതാവസ്ഥ അനഭിലഷണീയമാം വിധം താളംതെറ്റിക്കൊണ്ടിരിക്കുകയാണ്. മനുഷ്യസൃഷ്ടിയായ പരിസ്ഥിതിയിൽ അവന്റെ ശാരീരികവും മാനസികവും സാമൂഹികവുമായ ആരോഗ്യം നിലനിർത്താൻ കഴിയാത്തവിധം പോരായ്മകളേ ഉള്ളൂ; പ്രത്യേകിച്ചും അവർ താമസിക്കുകയും ജോലിയിലേർപ്പെടുകയും ചെയ്യുന്ന സ്ഥലങ്ങളിൽ നാം എന്തുചെയ്യുന്നതും അതിന്റെ പാരിസ്ഥിതിക ഭവിഷ്യത്തുകൾ കണക്കിലെടുത്ത് ദീർഘദൃഷ്ടിയോടെ വേണം. അതാണ് ഈ കാലത്തിന്റെ ആവശ്യം. മനുഷ്യന്റെ അറിവില്ലായ്മയും അശ്രദ്ധയും ഭൗമപരിസ്ഥിതിക്ക് ഏല്പിക്കുന്ന ആഘാതം അപരിഹാര്യവും വ്യാപകവും ആയിരിക്കും. നേരേമറിച്ച്, വേണ്ട അറിവുനേടുകയും വിവേകപൂർവ്വം പ്രവർത്തിക്കുകയും ചെയ്താൽ ഇന്നത്തെ തലമുറയ്ക്കും ഭാവിതലമുറകൾക്കും എല്ലാവരുടേയും അഭിലാഷങ്ങളും ആവശ്യങ്ങളും നിറവേറ്റാൻ അനുയോജ്യമായ ഒരു പരിസ്ഥിതിക്ക് രൂപംകൊടുക്കാൻ കഴിയും. പരിസ്ഥിതിയുടെ നിലവാരം മെച്ചപ്പെടുത്താനും അതുവഴി നല്ല ജീവിതം സൃഷ്ടിക്കാനും അതിനനുയോജ്യമായ സാഹചര്യങ്ങളും ശേഷിയും മനുഷ്യർക്കുണ്ട്. വേണ്ടത് ഇച്ഛാശക്തിയും അച്ചടക്കബോധവും അതുവഴിക്കുള്ള തീവ്രവും ചിട്ടയോടുകൂടിയതുമായ പ്രവർത്തനവുമാണ്.

മനുഷ്യൻ ചെയ്യേണ്ടത് പ്രകൃതിയുമായി ഒത്തിണങ്ങി ഒരു പുതിയ പരിസ്ഥിതിക്ക് രൂപംകൊടുക്കാൻ തന്റെ അറിവ് വിനിയോഗിക്കുകയാണ്. ഇന്നത്തെ തലമുറയ്ക്കും ഭാവിതലമുറയ്ക്കും വേണ്ടി പരിസ്ഥിതി സംരക്ഷിക്കുകയും മെച്ചപ്പെടുത്തുകയും ആയിരിക്കണം അവന്റെ വ്യവസ്ഥാപിത ലക്ഷ്യം. ലോകസമാധാനം മുന്നിൽ കണ്ടുകൊണ്ടും ലോകവ്യാപകമായ സാമൂഹ്യ-സാമ്പത്തിക വികസനത്തോട് പൊരുത്തപ്പെടുത്തിക്കൊണ്ടും വേണം ഈ ലക്ഷ്യത്തിലേക്കു നീങ്ങാൻ.

പാരിസ്ഥിതികമായ ലക്ഷ്യത്തിലെത്തിച്ചേരാൻ വിവിധ തലങ്ങളിലുള്ള എല്ലാവരും — പൗരന്മാരും സമുദായങ്ങളും വ്യവസായങ്ങളും സ്ഥാപനങ്ങളും — ഒരു പൊതു പരിശ്രമത്തിൽ തുല്യ പങ്കാളികളാകണം. എല്ലാ തുറകളിലും ഉള്ള വ്യക്തികളും സംഘടനകളും ഈ ലക്ഷ്യപ്രാപ്തിക്ക് പ്രേരകമായ മൂല്യങ്ങൾ സ്വീകരിക്കുകയും പ്രവർത്തനങ്ങളിൽ ഭാഗഭാക്കുകളാകുകയും വേണം. വൻതോതിലുള്ള പ്രവർത്തനങ്ങളുടെ ഭാരം പ്രാദേശികവും ദേശീയവുമായ സർക്കാരുകൾ ഏറ്റെടുക്കണം. വികസ്വര രാഷ്ട്രങ്ങൾക്ക് അവരുടെ ചുമതലകൾ നിറവേറ്റാൻ അന്താരാഷ്ട്ര സഹകരണം ലഭ്യമാക്കണം. പരിസ്ഥിതിപ്രശ്നങ്ങൾ പ്രാദേശികമാവാം; ആഗോളാടിസ്ഥാനത്തിലുള്ളതാവാം. എങ്ങനെയായാലും അത് ആഗോള പരിസ്ഥിതിക്ക് ആഘാതമേല്പിക്കും. അതുകൊണ്ട് പാരിസ്ഥിതിക പ്രശ്നങ്ങളിൽ അന്താരാഷ്ട്ര സഹകരണം അത്യന്താപേക്ഷിതമാണ്. പ്രവർത്തനവും അന്താരാഷ്ട്രതലത്തിൽ വേണം.

വർത്തമാനകാല തലമുറയുടെയും വരുംതലമുറകളുടെയും നന്മയ്ക്കുവേണ്ടി മാനവപരിസ്ഥിതി സംരംക്ഷിക്കുവാനും മെച്ചപ്പെടുത്തുവാനും ഉള്ള പ്രവർത്തനങ്ങളിൽ സജീവ പങ്കാളിത്തം വഹിക്കാൻ ഈ സമ്മേളനം എല്ലാ ജനങ്ങളോടും ഗവണ്മെന്റുകളോടും അഭ്യർത്ഥിക്കുന്നു.

ആശയസമ്പുഷ്ടമായ ഈ സമ്മേളന പ്രഖ്യാപനത്തോടൊപ്പം "നമ്മുടെ പരിസ്ഥിതിയുടെ മാഗ്നാകാർട്ട" (The Magna Carta of Our Environment) എന്നു വിശേഷിപ്പിക്കപ്പെടുന്ന മൂല്യവത്തായ 26 തത്ത്വ പ്രസ്താവനകളും സമ്മേളനം പുറപ്പെടുവിക്കുകയുണ്ടായി. ഇന്നത്തെ മനുഷ്യരാശിയുടെയും വരുംതലമുറകളുടെയും സുരക്ഷിതഭാവി മുന്നിൽ കണ്ടുകൊണ്ട് ജനങ്ങളും ഗവണ്മെന്റുകളും ഒക്കെ ഗൗരവമായി പരിഗണിക്കുന്നതിനു വേണ്ടിയുള്ള സാർത്ഥകമായ തത്ത്വങ്ങളാണ് പ്രതിപാദിച്ചിരിക്കുന്നത്.

അന്ന് രൂപപ്പെട്ട പുതിയ അവബോധത്തിന്റെ പ്രതിഫലനമെന്നോണം പ്രകൃതി-മനുഷ്യബന്ധത്തിന് ചില നിയന്ത്രണങ്ങൾ ഉണ്ടാകണം എന്ന ഉദ്ദേശ്യത്തോടെ 1972 ജൂൺ 5-ാം തീയതി, "ഐക്യരാഷ്ട്ര സഭയുടെ പരിസ്ഥിതി പരിപാടി (United Nations Environmental Programmes -- UNEP) നിലവിൽ വരുകയും ചെയ്തു. സമ്മേളനത്തിന്റെ

സ്മരണയെ നിലനിർത്താൻ എല്ലാ വർഷവും ജൂൺ 5-ാംതീയതി ലോക പരിസ്ഥിതി ദിനമായി ആചരിക്കണമെന്നും എല്ലാ അംഗരാഷ്ട്രങ്ങളോടും അഭ്യർത്ഥിക്കുകയുമുണ്ടായി. തുടർന്ന് ഈ രംഗത്തു പ്രവർത്തിക്കുന്ന മറ്റനേകം സംഘടനകളുമായി സഹകരിച്ചുകൊണ്ട് യു എൻ ഇ പി നടത്തിയ നിരന്തര പ്രവർത്തനഫലമായി രണ്ടു ദശവർഷങ്ങൾക്കകത്ത് മനുഷ്യരാശി നേരിടുന്ന അനേകം പാരിസ്ഥിതിക പ്രശ്നങ്ങളിലേക്ക് ലോകരാഷ്ട്രങ്ങളുടെ ശ്രദ്ധ തിരിക്കാനും അനേകം സംരക്ഷണ പ്രവർത്തനങ്ങൾക്ക് തുടക്കം കുറിക്കാനും കഴിഞ്ഞു. മലിനീകരണം, വനനശീകരണം, പുതുക്കൽശേഷിയില്ലാത്ത വിഭവങ്ങളുടെ അമിതവേഗതയിലുള്ള ശോഷണം, ജനുസ്സുകളുടെ വംശനാശം, മണ്ണൊലിപ്പ് തുടങ്ങിയ പാരിസ്ഥിതിക പ്രശ്നങ്ങളെല്ലാം കൂടുതൽ കൂടുതൽ വ്യക്തതയോടെ തെളിഞ്ഞുവരാൻ തുടങ്ങി.

അപ്പോഴാണ് രണ്ടാമതൊരു ലോക പരിസ്ഥിതിസമ്മേളനം നടത്താൻ ഐക്യരാഷ്ട്ര പൊതുസഭ നിർദ്ദേശിക്കുന്നത്. അതിനായി 1989 ഡിസംബറിൽ ചേർന്ന യോഗം യു എൻ ഇ പിയെ ഈ സമ്മേളനം സംഘടിപ്പിക്കാൻ ചുമതലപ്പെടുത്തി. അങ്ങനെയാണ് 1992 ജൂൺ 2 മുതൽ 14 വരെ ബ്രസീലിലെ റിയോ ഡി ജനീറയിൽവച്ച് 'പരിസ്ഥിതിയും വികസനവും സംബന്ധിച്ച യു എൻ. സമ്മേളനം' (U N Conference on Environment and Development - U N C E D) നടന്നത്. ആ സമ്മേളനത്തെ ഭൗമഉച്ചകോടി (Earth Summit) എന്നും പറയാറുണ്ട്. 'പരിസ്ഥിതിയും സുസ്ഥിര വികസനവും' (Environment and Sustainable Development) എന്നതായിരുന്നു ഉച്ചകോടിയുടെ മുദ്രാവാക്യം. ഈ സമ്മേളനത്തിന്റെ പ്രാധാന്യം ഓർമ്മപ്പെടുത്താൻ, സമ്മേളനത്തിന്റെ ജനറൽ സെക്രട്ടറിയായിരുന്ന ഡോ. മൗറീസ് സ്ട്രോങ് ഇതിനെ വിശേഷിപ്പിച്ചത് 'മനുഷ്യരാശിയുടെ അവസാനത്തെ പ്രതീക്ഷ'യെന്നാണ്. ഉച്ചകോടിയിൽ 117 രാഷ്ട്രത്തലവന്മാരടക്കം 176 രാഷ്ട്രങ്ങളിലെ പ്രതിനിധികൾ പങ്കെടുത്തു. സമ്മേളനം നടക്കുന്നതിനുമുമ്പ് ഐക്യരാഷ്ട്ര സംഘടനതന്നെ ചുമതലയേല്പിച്ചിരുന്ന ഒരു ലോക കമ്മീഷൻ (World Commission) 2000 നു ശേഷം ഉണ്ടാകേണ്ട വികസനത്തിന്റെയും പരിസ്ഥിതിയുടെയും അവസ്ഥയെക്കുറിച്ചുള്ള അതിന്റെ റിപ്പോർട്ട് 1987 ൽ തന്നെ സമർപ്പിച്ചിരുന്നു. നോർവേയുടെ പ്രധാനമന്ത്രിയും സുപ്രസിദ്ധ പരിസ്ഥിതി പ്രവർത്തകയുമായിരുന്ന ഗ്രോ ഹാർലം ബ്രണ്ട്ലാന്റിന്റെ നേതൃത്വത്തിലുള്ള ആ കമീഷന്റെ റിപ്പോർട്ടിന് അവർ നല്കിയിരുന്ന പേര് 'നമ്മുടെ പൊതു ഭാവി' (Our Common Future) എന്നായിരുന്നു. മനുഷ്യരാശിയുടെ സുരക്ഷിതമായ ഭാവിക്കുവേണ്ടിയുള്ള, നിലനിർത്താൻ കഴിയുന്ന വികസനത്തിനും, അപരിഹാര്യമായ നാശത്തിലേക്ക് പരിസ്ഥിതിയെ നയിക്കാതെ കാത്തുസൂക്ഷിക്കുന്നതിനും ആവശ്യമായ നടപടികൾ രൂപപ്പെടുത്താൻ അടിയന്തരമായി ഒരു ലോകസമ്മേളനം വിളിച്ചു കൂട്ടേണ്ടതിന്റെ ആവശ്യകത റിപ്പോർട്ടിൽ ഊന്നിപ്പറഞ്ഞിരുന്നു. ഒരുപക്ഷേ, ഭൗമഉച്ചകോടി

നടത്താൻ തീരുമാനമെടുക്കുന്നതിന്റെ പിറകിലുള്ള ഏറ്റവും വലിയ പ്രേരകശക്തി ഈ റിപ്പോർട്ട് തന്നെയായിരിക്കാം.

എന്തായാലും ഭൗമ ഉച്ചകോടിയിൽ ചർച്ച ചെയ്യേണ്ട പ്രശ്നങ്ങളുടെ പട്ടിക തയ്യാറാക്കുമ്പോൾ അതിൽ പ്രഥമസ്ഥാനം പിടിച്ചത് അന്തരീക്ഷത്തിന്റെ സംരക്ഷണം ആയിരുന്നു. അതായത് ആഗോളതാപനവും കാലാവസ്ഥാ വ്യതിയാനവും, ഓസോൺ പാളിയുടെ വിള്ളൽ എന്നിവയൊക്കെ മുഖ്യ ചർച്ചാവിഷയങ്ങളായി മാറി. സമ്മേളനവേദിയിൽ നടന്ന നിരവധി ചർച്ചകൾക്കുശേഷം പങ്കെടുത്ത 176 രാജ്യങ്ങളും അംഗീകരിച്ച ഒരു ബൃഹത് രേഖയാണ് റിയോ പ്രഖ്യാപനം. സുസ്ഥിര വികസനത്തിനു വേണ്ടി ലോകരാഷ്ട്രങ്ങളും ജനസമൂഹങ്ങളും സഹകരിച്ചു പ്രവർത്തിക്കേണ്ട ആവശ്യകതയ്ക്ക് പ്രാമുഖ്യം നല്കിക്കൊണ്ട് ഇരുപത്തിയേഴ് സാർവ്വദേശീയ തത്ത്വങ്ങളടങ്ങിയ റിയോ പ്രഖ്യാപനം പരിസ്ഥിതിസംബന്ധിയായ അന്താരാഷ്ട്ര നിയമങ്ങൾക്കുള്ള ഒരു മാർഗ്ഗരേഖയാണ്. അതിന്റെ ഉള്ളടക്കം വളരെ ചുരുക്കി താഴെ നല്കുന്നു.

സുസ്ഥിര വികസനം എന്ന ആശയത്തിന്റെ കേന്ദ്രബിന്ദു മനുഷ്യനാണ്; പ്രകൃതിയുമായി പാരസ്പര്യപ്പെട്ടുകൊണ്ടു മാത്രമേ മനുഷ്യന് ശ്രേഷ്ഠമായ ഒരു ജീവിതം നയിക്കാനാവൂ. ഐക്യരാഷ്ട്രസഭയുടെ ചാർട്ടർ അനുസരിച്ചും മറ്റ് അന്താരാഷ്ട്ര നിയമങ്ങൾ അനുസരിച്ചും തങ്ങളുടെ പ്രകൃതിവിഭവങ്ങൾ ചൂഷണം ചെയ്യാനും പരിസ്ഥിതി സംരക്ഷണത്തിലധിഷ്ഠിതമായ വികസനരൂപങ്ങൾ ആസൂത്രണം ചെയ്യുന്നതിനും എല്ലാ രാഷ്ട്രങ്ങൾക്കും അവകാശമുണ്ട്. എന്നാൽ അത് മറ്റു രാഷ്ട്രങ്ങളുടെ പരിസ്ഥിതിനാശത്തിന് കാരണമാകരുത്. വരും തലമുറകളുടെ വികസന സാദ്ധ്യത ഹനിക്കാത്ത വിധത്തിൽ ഇന്നത്തെ തലമുറയുടെ വികസനാവശ്യങ്ങൾ നിർവ്വഹിക്കാനുള്ള അവകാശവും ഉത്തരവാദിത്വവും ഓരോ രാജ്യത്തിനുമുണ്ട്. അങ്ങനെ സുസ്ഥിര വികസനം നിർവ്വഹിക്കുന്നതിന് പരിസ്ഥിതി സംരക്ഷണത്തിന്റെ അനിവാര്യത ഉറപ്പിച്ചു പറയുന്നു. അതായത് പരിസ്ഥിതി സംരക്ഷണം വികസന പ്രക്രിയയുടെ അവിഭാജ്യഘടകമായിരിക്കണം. സുസ്ഥിര വികസനത്തിലെ അവശ്യഘടകമായി ദാരിദ്ര്യനിർമ്മാർജ്ജനത്തെ കാണുകയും ജീവിതനിലവാരത്തിലെ അസമത്വം കുറയ്ക്കാൻ സർവ്വ രാഷ്ട്രങ്ങളും സമൂഹങ്ങളും കൂട്ടായ്മ പ്രകടിപ്പിക്കണമെന്നും വികസ്വര രാഷ്ട്രങ്ങളുടെ വികസനാവശ്യങ്ങൾക്ക് പ്രത്യേകം പരിഗണന നല്കേണ്ടതുണ്ടെന്നും പ്രഖ്യാപനത്തിൽ പറയുന്നു.

ഇന്നു നിലവിലുള്ള ആഗോള പരിസ്ഥിതി പ്രശ്നങ്ങൾ സൃഷ്ടിച്ച കാര്യങ്ങളിൽ ഓരോ രാഷ്ട്രത്തിനും വ്യത്യസ്തമായ ഉത്തരവാദിത്വത്തമാണുള്ളത് എന്നംഗീകരിക്കുമ്പോൾ തന്നെ പൊതുവായതും അതേസമയം വ്യതിരിക്തവുമായ ഉത്തരവാദിത്വങ്ങൾ രാഷ്ട്രങ്ങൾക്കുണ്ട്. അത്തരം ഒരു പൊതു ഉത്തരവാദിത്വത്തിന്റെ പശ്ചാത്തലത്തിൽ സുസ്ഥിര വികസനം കൈവരിക്കുന്നതിനാവശ്യമായ സാങ്കേതിക കൈമാറ്റം എല്ലാ രാഷ്ട്രങ്ങളും സ്വീകരിക്കണം. അറിയാനുള്ള അവകാശസംരക്ഷണം, പരിസ്ഥിതി പ്രശ്നങ്ങളിൽ ജനകീയ പങ്കാളിത്തം എന്നിവ ഉറപ്പാക്കണം.

ഓരോ രാജ്യത്തിനും അനുയോജ്യമായ പരിസ്ഥിതി നിയമങ്ങളും പരിസ്ഥിതി നിലവാരത്തോതുകളും ഉണ്ടാക്കണം. അന്താരാഷ്ട്ര വാണിജ്യ ഇടപാടുകളിൽ പരിസ്ഥിതി പ്രശ്നം ഉയർത്തി വിവേചനം കാണിക്കരുത്. പരിസ്ഥിതി ദുരന്തങ്ങളിൽ അകപ്പെടുന്നവർക്ക് മാന്യമായ നഷ്ടപരിഹാരം നല്കണം. അപകടകാരികളായ സ്ഥാപനങ്ങളും വസ്തുക്കളും രാജ്യാതിർത്തി കടത്തിക്കൊണ്ടുപോകുന്നതിനെ നിരുത്സാഹപ്പെടുത്തണം. ഓരോ രാജ്യവും അവരവരുടെ കഴിവിനനുസരിച്ച് പാരിസ്ഥിതിക നാശം ഒഴിവാക്കുന്നതിനുള്ള മുൻകരുതൽ നടപടികൾ കൈക്കൊള്ളേണ്ടതാണ്. മലിനീകരണം ആരു സൃഷ്ടിച്ചാലും അതിന്റെ നിവാരണത്തിനുള്ള പണം മുടക്കേണ്ടതും അവർതന്നെ ആയിരിക്കണം (polluter pays). ഏതൊരു പദ്ധതിക്കും രൂപംകൊടുക്കുമ്പോൾ അനിവാര്യമായും അതിന്റെ പാരിസ്ഥിതിക ആഘാതപഠനം നടത്തണം. സ്വന്തം രാജ്യത്തിന്റെ പ്രവൃത്തിമൂലം മറ്റു രാജ്യങ്ങളിലെ പരിസ്ഥിതിക്ക് എന്തെങ്കിലും ദോഷം സംഭവിക്കാൻ ഇടയുണ്ടെങ്കിൽ അത് ഏതൊരു രാഷ്ട്രവും മറ്റേ രാഷ്ട്രത്തെ അറിയിക്കേണ്ടതാണ്. പരിസ്ഥിതി പ്രശ്നപരിഹാരങ്ങളിലും സുസ്ഥിര വികസന തന്ത്രങ്ങളിലും സ്ത്രീകളുടെയും യുവജനങ്ങളുടെയും പങ്കാളിത്തം ഉറപ്പാക്കേണ്ടതിന്റെയും, ഇത്തരം കാര്യങ്ങളിൽ നാട്ടറിവും പരമ്പരാഗത വിജ്ഞാനവും പ്രയോജനപ്പെടുത്തേണ്ടതിന്റെയും ആവശ്യകത ഉറപ്പിച്ചു പറയുന്നു.

യുദ്ധവും ആയുധസന്നാഹവും സുസ്ഥിര വികസനത്തിന്റെ രണ്ടു കോടാലികളാണ്. കീഴടക്കപ്പെട്ട രാജ്യങ്ങളുടെ പരിസ്ഥിതിയും പ്രകൃതിസമ്പത്തും സംരക്ഷിക്കേണ്ട ഉത്തരവാദിത്വം കീഴടക്കിയ രാജ്യത്തിന്റേതാണ്. രാജ്യങ്ങൾ തമ്മിലുള്ള പാരിസ്ഥിതികമായ തർക്കങ്ങൾ ഐക്യരാഷ്ട്രസഭയുടെ ചാർട്ടറിൽ പറഞ്ഞതിൻ പ്രകാരം പരിഹരിക്കേണ്ടതാണ്. ചുരുക്കിപ്പറഞ്ഞാൽ റിയോ പ്രഖ്യാപനം ലോകത്തിലെ മുഴുവൻ പാരിസ്ഥിതിക പ്രശ്നങ്ങളെയും ശാസ്ത്രീയമായി സമീപിക്കുന്നതിനുള്ള ഒരു മാർഗ്ഗരേഖയാണ്.

ഈ ഉച്ചകോടി കഴിഞ്ഞപ്പോൾ ആഗോളതാപനവും കാലാവസ്ഥാമാറ്റവും പാരിസ്ഥിതിക പ്രശ്നങ്ങളിൽ അടിയന്തര പരിഗണന അർഹിക്കുന്ന മുഖ്യപ്രശ്നമായി മാറി. ഭൂമുഖത്ത് ദീർഘസ്ഥായിയായ മാറ്റം ഇതുളവാക്കുന്നു. പ്രകൃതി വ്യൂഹങ്ങളിലും മനുഷ്യസമൂഹത്തിലും ഇത് ഒരുപോലെ പ്രശ്നം സൃഷ്ടിക്കുന്നു. ഈ പാരിസ്ഥിതിക പ്രശ്നം സാമ്പത്തിക-രാഷ്ട്രീയ-ഭൂമിശാസ്ത്രപരമായ എല്ലാറ്റിനെയും പ്രതികൂലമായി ബാധിക്കുന്നു. മനുഷ്യന്റെ വിവിധങ്ങളായ പ്രവർത്തനങ്ങൾമൂലം സൃഷ്ടിക്കപ്പെടുന്ന കാർബൺ ഡൈ ഓക്സൈഡ്, മീഥേൻ, നൈട്രജൻ ഓക്സൈഡുകൾ, ക്ലോറോ ഫ്ളൂറോ കാർബൺ തുടങ്ങിയ ഹരിതഗൃഹവാതകങ്ങൾ അന്തരീക്ഷത്തിൽ കുമിഞ്ഞുകൂടി സൗരതാപത്തെ അന്തരീക്ഷത്തിൽത്തന്നെ കുടുക്കിനിർത്തി ഭൂമി തപിപ്പിക്കുന്നതാണ് പ്രശ്നമെന്ന തിരിച്ചറിവ് ഏതാണ്ട് പൂർണ്ണമായിത്തന്നെ എല്ലാ രാജ്യങ്ങൾക്കും ലഭിച്ചു.

4

ഭൂമി ആഗോളതാപനത്തിന്റെ പിടിയിൽ

പ്രകൃതിയിൽ നിലനിന്നിരുന്ന സന്തുലിതാവസ്ഥയുടെ ഫലമായി കോടാനുകോടി വർഷങ്ങളായി അന്തരീക്ഷവായുവിന്റെ രാസഘടന ഒരേ പോലെ തുടരുകയായിരുന്നു എന്നു നാം കണ്ടുകഴിഞ്ഞു. എന്നാൽ ഭൂമിയുടെ ഉപരിതലത്തിനു തൊട്ടുമുകളിലുള്ള വായുമണ്ഡലത്തിന്റെ ചൂട് കഴിഞ്ഞ കുറേവർഷങ്ങളായി ക്രമേണ ഉയർന്നുകൊണ്ടിരിക്കുന്നതായി അനുഭവപ്പെടുന്നു. താപവർദ്ധന സംബന്ധിച്ച റെക്കോർഡുകൾ സൂചിപ്പിക്കുന്നത് കഴിഞ്ഞ 30 വർഷങ്ങളായി ഓരോ പത്തുവർഷത്തിലും 0.20°C എന്ന നിരക്കിൽ താപവർദ്ധന തുടരുന്നു എന്നാണ്. കഴിഞ്ഞ 25 വർഷത്തെ ഉപഗ്രഹനിരീക്ഷണങ്ങൾ കാണിക്കുന്നത് ഭൂമദ്ധ്യരേഖയ്ക്ക് 30° വടക്കും തെക്കുമുള്ള സബ് ട്രോപ്പിക്കൽ പ്രദേശങ്ങളിലാണ് അന്തരീക്ഷതാപം വേഗത്തിൽ വർദ്ധിക്കുന്നത് എന്നാണ്. എന്തായാലും പൊതുവിൽ നമ്മുടെ ഭൂഗോളത്തിന്റെ വായുമണ്ഡലത്തിൽ ക്രമേണ ഉയർന്നുവരുന്ന ചൂടുപിടിക്കൽ പ്രക്രിയയെയാണ് ആഗോളതാപനം (Global Warming) എന്നു പറയുന്നത്.

ഭൂമിയുടെ ചൂടുവർദ്ധിക്കുമ്പോൾ കാലാവസ്ഥയ്ക്ക് മൊത്തം മാറ്റമുണ്ടാകും. ഭൂമിയിലുള്ള എല്ലാ ജീവജാലങ്ങളെയും അതു ബാധിക്കും. ശക്തമായ ഉഷ്ണവാതകമുണ്ടാകും; അപകടകരമായ രീതിയിൽ കൊടുങ്കാറ്റുവീശും; വിളകൾ നശിക്കും; മഞ്ഞുരുകും; സമുദ്രനിരപ്പുയരും; നദിയുടെ സ്രോതസ്സുകളായ മഞ്ഞുമലകൾ പെട്ടെന്ന് ഉരുകിത്തീരും. ഇങ്ങനെ പരസ്പരബന്ധിതമായ അനേകം അനന്തരഫലങ്ങൾ ഉണ്ടാകും. ഇത് മനുഷ്യരാശിയെ മൊത്തം തുറിച്ചുനോക്കുന്ന വലിയ ഒരു ദുരന്തത്തിന്റെ ചിത്രമാണ് നമുക്ക് നല്കുന്നത്. എന്തുകൊണ്ടാണ് ഭൂമിയുടെ ചൂട് ഇങ്ങനെ വർദ്ധിക്കുന്നത് എന്നന്വേഷിച്ചുപോയ മനുഷ്യന് അവന്റെ

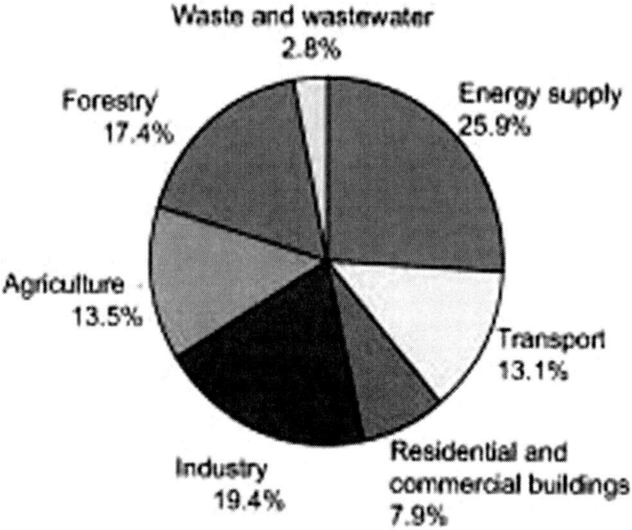

തന്നെ ചെയ്തികളാണ് ഇതിന്റെ മുഖ്യകാരണമെന്ന് കണ്ടെത്താൻ കഴിഞ്ഞു. സ്വാഭാവികമായി പ്രകൃതിയിൽ നടന്നുകൊണ്ടിരുന്ന ഹരിതഗൃഹ പ്രഭാവത്തിന്റെ ഫലമായി എല്ലാ ജീവജാലങ്ങൾക്കും ജീവിക്കാൻ സഹായകമായ താപനില ഈ അന്തരീക്ഷത്തിൽ നിലനിർത്താൻ കഴിഞ്ഞിരുന്നു. എന്നാൽ വ്യവസായവല്കരണകാലഘട്ടത്തിനുശേഷം നടന്നുവരുന്ന വമ്പിച്ച തരത്തിലുള്ള പലവിധ മനുഷ്യ പ്രവർത്തനങ്ങളും അമിതമായ തരത്തിൽ ഹരിതഗൃഹപ്രഭാവത്തിനു കാരണക്കാരായ വാതകങ്ങളെ ഉല്പാദിപ്പിച്ച് അന്തരീക്ഷത്തിലേക്ക് കടത്തിവിട്ടു തുടങ്ങി. അതിനാൽ അന്തരീക്ഷത്തിന്റെ രാസഘടനയ്ക്ക് മാറ്റം സംഭവിച്ചു. അതിനെ സ്വാഭാവികമായി നിയന്ത്രിക്കുവാൻ പ്രകൃതിക്ക് കഴിയാതെവന്നു. അപ്പോൾ ഹരിതഗൃഹപ്രഭാവത്തിന്റെ അളവുകൂടി. അതിന്റെ ഫലമായിട്ടാണ് ഭൗമാന്തരീക്ഷത്തിന്റെ ചൂട് വർദ്ധിക്കാനിടയായതെന്ന് മനുഷ്യരാശിക്ക് ബോദ്ധ്യമായി. അങ്ങനെയാണ് ആഗോളതാപനവും അതിനെ തുടർന്നുണ്ടാകുന്ന കാലാവസ്ഥാവ്യതിയാനവും മനുഷ്യരാശി നേരിടുന്ന ഏറ്റവും ഗൗരവമേറിയ പാരിസ്ഥിതികപ്രശ്നമായി മാറിയത്. ഇതിനെ സംബന്ധിക്കുന്ന അവബോധം എങ്ങനെ വളർന്നു വികസിച്ചു എന്നാണ് കഴിഞ്ഞ അദ്ധ്യായത്തിൽ വിവരിച്ചത്. അന്തരീക്ഷത്തിലുള്ള ഹരിതഗൃഹവാതകങ്ങളുടെ സ്രോതസ്സുകളെക്കുറിച്ചും അളവിനെക്കുറിച്ചും ഒക്കെ ഒരു ധാരണയുണ്ടാകുന്നത് പ്രശ്നത്തിന്റെ ഗൗരവം മനസ്സിലാകുന്നതിന് സഹായകമായേക്കും.

കാർബൺ ഡൈ ഓക്സൈഡ് (Co_2)

ഭൂമിയുടെ ഉപരിതലത്തിൽ നടന്നുകൊണ്ടിരിക്കുന്ന ഹരിതഗൃഹ പ്രഭാവത്തിന് ഏറ്റവും കൂടുതൽ സംഭാവന നല്കിക്കൊണ്ടിരിക്കുന്നത് കാർബൺ ഡൈ ഓക്സൈഡുതന്നെ. ആധുനിക പരിഷ്കൃത ലോകത്തിലെ മനുഷ്യപ്രവർത്തനംകൊണ്ട് ഏറ്റവും കൂടുതൽ അളവു വർദ്ധിച്ചിരിക്കുന്ന ഹരിതഗൃഹവാതകവും അതുതന്നെ. അന്തരീക്ഷത്തിലെ ഹരിതഗൃഹവാതകങ്ങളുടെ 55% കാർബൺ ഡൈ ഓക്സൈഡും 15% മീഥേയ്നും 17% ക്ലോറോ ഫ്ളൂറോ കാർബണും 6% നൈട്രസ് ഓക്സൈഡും ബാക്കി 7% മറ്റു വാതകങ്ങളുമാണെന്നാണ് പൊതുവിൽ കണക്കാക്കിയിരിക്കുന്നത്. സാധാരണയായി പ്രകൃതിക്ക് കാർബൺ ഡൈ ഓക്സൈഡിന്റെ സ്വാഭാവിക സ്രോതസ്സുകളുണ്ട്. അഗ്നിപർവ്വതങ്ങൾക്ക് സ്ഫോടനം ഉണ്ടാകുമ്പോൾ, ജൈവവസ്തുക്കളുടെ ജ്വലനം നടക്കുമ്പോൾ, വസ്തുക്കൾ അഴുകുമ്പോൾ, ശ്വസനപ്രക്രിയ നടക്കുമ്പോൾ ഒക്കെ കാർബൺ ഡൈ ഓക്സൈഡ് ഉല്പാദിപ്പിക്കപ്പെടുന്നുണ്ട്. ഇങ്ങനെ വായുമണ്ഡലത്തിലേക്കെത്തുന്ന കാർബൺ ഡൈ ഓക്സൈഡിന്റെ അളവ് മറ്റുചില പ്രതിപ്രവർത്തനങ്ങൾകൊണ്ട് പ്രകൃതിതന്നെ നിയന്ത്രിക്കുന്നുമുണ്ട്. വൃക്ഷങ്ങൾകൊണ്ട് നിബിഡമായി നില്ക്കുന്ന വനങ്ങൾ, കാർബൺ ഡൈ ഓക്സൈഡിനെ സ്വീകരിക്കുകയും പ്രകാശ സംശ്ലേഷണം (Photo Synthesis) എന്ന പ്രക്രിയയ്ക്ക് വിധേയമാക്കുകയും ചെയ്യുന്നു. അതിന്റെ അനന്തരഫലമായി ഓക്സിജനെ പുറത്തേക്കു വിടുകയും കാർബണെ അന്നജമാക്കി മാറ്റുകയും ചെയ്യുന്നു. ക്രമമായി നടന്നുകൊണ്ടിരിക്കുന്ന ഈ പ്രക്രിയയിലൂടെയാണ് അന്തരീക്ഷത്തിലേക്കുവരുന്ന കാർബൺ ഡൈ ഓക്സൈഡിന്റെ അളവ് ഒരു നിശ്ചിത ക്രമത്തിൽ കാത്തുസൂക്ഷിക്കാൻ പ്രകൃതിക്ക് കഴിഞ്ഞിരുന്നത്.

പിന്നീട് വികസനത്തിന്റെ പേരുപറഞ്ഞ് വ്യാപകമായി വനനശീകരണം നടത്തുകയും, മറുവശത്ത് വ്യവസായവല്ക്കരണത്തിന്റെ ഫലമായി അന്തരീക്ഷത്തിലേക്കെത്തിച്ചേരുന്ന കാർബൺ ഡൈ ഓക്സൈഡിന്റെ അളവ് ക്രമാതീതമായി വർദ്ധിക്കുകയും ചെയ്തപ്പോൾ, പ്രകൃതിയിൽ കാലാകാലങ്ങളായി നടന്നുവന്നിരുന്ന സ്വാഭാവികമായ സംവിധാനം തകിടംമറിക്കപ്പെട്ടു. മനുഷ്യപ്രവർത്തനത്തിന്റെ ഫലമായി ഉല്പാദിപ്പിക്കപ്പെടുന്ന കാർബൺ ഡൈ ഓക്സൈഡിന്റെ അളവ് ഒരു പരിമിതിയുമില്ലാതെ വർദ്ധിച്ചു. ഊർജ്ജമാണല്ലോ പരിഷ്കൃതലോകത്തിലെ ജീവിതത്തിന്റെ ആധാരം. ഊർജ്ജ ഉല്പാദനത്തിന് മനുഷ്യൻ മുഖ്യമായും ആശ്രയിക്കുന്നത് വിറക്, കല്ക്കരി, എണ്ണ, പ്രകൃതിവാതകം എന്നിവയെയാണല്ലോ. ഇവയെല്ലാം കത്തിക്കുമ്പോൾ കാർബൺ ഡൈ ഓക്സൈഡ് വായുമണ്ഡലത്തിലേക്ക് വിസർജ്ജിക്കപ്പെടുന്നു. മനുഷ്യന്റെ നിത്യജീവിതത്തിൽ ഊർജ്ജോപഭോഗം വർദ്ധിച്ചപ്പോൾ അതിനാനുപാതികമായി കാർബൺ ഡൈ ഓക്സൈഡിന്റെ ഉല്പാദനവും വർദ്ധിച്ചു. അമിതമായ ജനസംഖ്യാപെരുപ്പം ഊർജ്ജോപഭോഗത്തിന്റെ അളവ്

വമ്പിച്ച രീതിയിൽ വർദ്ധിക്കാനിടയാക്കി.

വ്യവസായശാലകളും വാഹനങ്ങളും വൈദ്യുതി ഉല്പാദന കേന്ദ്രങ്ങളും സിമന്റ് ഫാക്ടറികളും അടുപ്പുകളും ഒക്കെക്കൂടി പ്രതിവർഷം 2500 കോടി മെട്രിക്ടൺ കാർബൺ ഡൈ ഓക്സൈഡ് അന്തരീക്ഷത്തിലേക്ക് തള്ളുന്നു എന്നാണ് 2005 ൽ *ന്യൂ സയന്റിസ്റ്റ്* എന്ന പ്രസിദ്ധീകരണം റിപ്പോർട്ട് ചെയ്തിരുന്നത്. ഇതിന്റെ അളവാകട്ടെ ദിനംപ്രതി ഏറിക്കൊണ്ടുമിരിക്കുന്നു. ഓരോ വർഷവും നിരത്തിലേക്കിറങ്ങുന്ന വാഹനങ്ങളുടെ പെരുപ്പം കാർബൺ ഡൈ ഓക്സൈഡിന്റെ അളവ് അമിതമായി വർദ്ധിപ്പിക്കുന്നു.

വർദ്ധിച്ചുവരുന്ന കാർബൺ ഡൈ ഓക്സൈഡിന്റെ അളവിനെ അന്തരീക്ഷത്തിൽ കുറയ്ക്കാൻ സഹായിക്കുന്ന വനങ്ങളുടെ വിസ്തൃതി അതിവേഗത്തിൽ കുറഞ്ഞും വരുന്നു. കാർഷികയുഗത്തിന് മുൻപുണ്ടായിരുന്നതിന്റെ മൂന്നിലൊന്നു ഹരിതാവരണമേ ഇപ്പോൾ ഭൂമിയിലുള്ളൂ. പല രാജ്യങ്ങളിലും ഒരു പരിധിയുമില്ലാതെ വനനശീകരണം നടന്നു; ഇപ്പോഴും നടക്കുന്നുമുണ്ട്. ലാഭേച്ഛുക്കളായ ഒരുകൂട്ടം മനുഷ്യർ പണം ഉണ്ടാക്കുന്നതിനുവേണ്ടി പ്രകൃതിയെ കടന്നാക്രമിക്കുകയാണ്. അവർ ചെയ്യുന്നത് ആത്മഹത്യാപരമായ പ്രവർത്തനമാണെന്നറിയാഞ്ഞിട്ടല്ല, മറിച്ച് ധനമോഹംകൊണ്ട് അറിയില്ലെന്ന് നടിക്കുകയാണവർ ചെയ്യുന്നത്. ഭൂമിയിലുള്ള ഹരിതാവരണത്തിന്റെ വിസ്തൃതി കുറഞ്ഞുവരുന്തോറും അന്തരീക്ഷത്തിലെ കാർബൺ ഡൈ ഓക്സൈഡിന്റെ അളവ് വർദ്ധിച്ചുകൊണ്ടേയിരിക്കും. പതിനെട്ടാം നൂറ്റാണ്ടിന്റെ പൂർവ്വാർദ്ധത്തിൽ അന്തരീക്ഷത്തിലെ ഈ വാതകത്തിന്റെ അളവ് ഏകദേശം 280 പി പി എം (parts per million) ആയിരുന്നത് ഇരുപതാം നൂറ്റാണ്ടിന്റെ അവസാനത്തോടെ 369 പി പി എം ആയി വർദ്ധിച്ചു. ഇപ്പോൾ 2013 മെയ് 9 ന് ഇത് 400 പി പി എം ആയിത്തീർന്നതായി വാർത്ത വന്നുകഴിഞ്ഞു.

പി പി എം (പാർട്ട് പെർ മില്യൺ)

അന്തരീക്ഷത്തിലെ മൊത്തം തന്മാത്രകളുടെ എണ്ണത്തിന് ആനുപാതികമായി ഹരിതഗൃഹ വാതകങ്ങളുടെ തന്മാത്രകളുടെ എണ്ണത്തെ വ്യക്തമാക്കാനാണ് ഈ അളവുകോൽ ഉപയോഗിക്കുന്നത്. ഉദാഹരണത്തിന് 300 പി പി എം എന്നത് അന്തരീക്ഷത്തിലെ ഒരുദശലക്ഷം (മില്യൺ) തന്മാത്രകൾക്ക് 300 ഹരിതഗൃഹവാതകങ്ങളുടെ തന്മാത്രയെന്ന അനുപാതത്തിൽ കണക്കാക്കുന്നു.

ഒരു ബില്യൺ = 1000 മില്യൺ

കഴിഞ്ഞ 65000 വർഷങ്ങൾക്കിടയിൽ രേഖപ്പെടുത്തപ്പെട്ടിട്ടുള്ള ഏറ്റവും ഉയർന്ന, കാർബൺ ഡൈ ഓക്സൈഡിന്റെ അന്തരീക്ഷത്തിലെ അളവാണിത്. മാത്രവുമല്ല ഇപ്പോഴത്തെപ്പോലെ ദിവസവും 70 ദശലക്ഷം മെട്രിക്ടൺ എന്ന നിരക്കിൽ ഈ വാതകം അന്തരീക്ഷത്തിൽ വന്നുചേരുന്ന പ്രക്രിയ തുടരുകയും ചെയ്താൽ അടുത്ത 300 വർഷത്തിനുള്ളിൽ കാർബൺ ഡൈ ഓക്സൈഡിന്റെ അളവ് 560 പി പി എം ആകുമെന്നും കണക്കാക്കപ്പെടുന്നു.

കാർബൺ ഡൈ ഓക്സൈഡിനെ അന്തരീക്ഷത്തിൽനിന്നും വലിച്ചുമാറ്റുന്ന മറ്റൊരു കേന്ദ്രമായി പ്രവർത്തിക്കുന്നത് സമുദ്രങ്ങളാണ്. സമുദ്രങ്ങൾ ഇതിനെ അന്തരീക്ഷത്തിൽനിന്നും വലിച്ചെടുത്ത് കാർബോണിക് അമ്ലമാക്കി മാറ്റുന്നതിലൂടെയാണ് ഈ പ്രവർത്തനം നടത്തിയിരുന്നത്. ഓരോ ദിവസവും 20-25 ദശലക്ഷം ടൺ കാർബൺ ഡൈ ഓക്സൈഡിനെ ഇങ്ങനെ വലിച്ചുമാറ്റാൻ സമുദ്രങ്ങൾക്കു കഴിയും. എന്നാൽ അന്തരീക്ഷത്തിലെ കാർബൺ ഡൈ ഓക്സൈഡിന്റെ അളവ് അമിതമായി വർദ്ധിച്ചപ്പോൾ സമുദ്രത്തിന്റെ സന്തുലനപ്രവർത്തനങ്ങളെയും ഇതു ബാധിച്ചു. മാത്രവുമല്ല അധികമായുള്ള കാർബോണിക് അമ്ലത്തിന്റെ അംശം സമുദ്രജലത്തിന്റെ അമ്ലത വർദ്ധിപ്പിച്ചു. അതിന്റെ അനന്തരഫലമായി സമുദ്രത്തിൽ സ്ഥിതിചെയ്യുന്ന പവിഴപ്പുറ്റുകൾ, പ്ലവഗങ്ങൾ തുടങ്ങിയവയ്ക്ക് വലിയ നാശം ഉണ്ടാവുകയും ചെയ്തു. മൊത്തത്തിൽ നോക്കുമ്പോൾ പ്രകൃതിക്കു താങ്ങാവുന്നതിനേക്കാൾ അധികം കാർബൺ ഡൈ ഓക്സൈഡ് അന്തരീക്ഷത്തിലേക്കു വന്നുകൊണ്ടിരിക്കുന്നു എന്നുകാണാം.

മീഥെയ്ൻ

കാർബൺ ഡൈ ഓക്സൈഡു കഴിഞ്ഞാൽ ഭൂമിയുടെ അന്തരീക്ഷത്തിലെ ഏറ്റവും പ്രധാനപ്പെട്ട മറ്റൊരു ഹരിതഗൃഹ വാതകമാണ് മീഥെയ്ൻ. ഓക്സിജന്റെ സാന്നിദ്ധ്യമില്ലാതെ ജൈവവസ്തുക്കൾ ജീർണ്ണിക്കുമ്പോൾ ഉണ്ടാകുന്ന വാതകങ്ങളിൽ ഒന്നാണ് മീഥെയ്ൻ. കാർബൺ ഡൈ ഓക്സൈഡിനെക്കാൾ ഇരുപത് മടങ്ങ് ശക്തിയിൽ ആഗോളതാപനത്തിനു സഹായകരമായിത്തീരുന്ന ഒരു വാതകമാണിത്. ചതുപ്പുനിലങ്ങളിൽനിന്നും പ്രകൃതിവാതക ഖനികളിൽനിന്നും ഇതു ബഹിർഗമിക്കുന്നു. അടുക്കളയിൽ പാചകത്തിനുവേണ്ടി ഉപയോഗിക്കുന്ന ഗ്യാസിന്റെ പ്രധാന ഘടകങ്ങളിലൊന്നാണിത്. പാലിനും ഇറച്ചിക്കുംവേണ്ടി വളർത്തുന്ന കാലികൾ, ഒട്ടകങ്ങൾ, കുതിര, എരുമ, പന്നി എന്നിവയെല്ലാം പ്രകൃതിയിലെ മീഥെയ്ൻ ഉല്പാദകശാലകളാണ്. പ്രതിവർഷം 730 ലക്ഷം മെട്രിക് ടൺ മീഥെയ്നാണ് ഇവയെല്ലാംകൂടി പുറത്തേക്കുവിടുന്നത്. നെൽവയലുകളിൽ വളമായി ചേർക്കുന്ന പച്ചച്ചാണകവും പച്ചിലകളും ചീയുമ്പോഴുണ്ടാകുന്ന മീഥെയ്ൻ നേരിട്ട് അന്തരീക്ഷത്തിലേക്ക് കടക്കുന്നു. 1150 ലക്ഷം ടൺ മീഥെയ്ൻ നെൽവയലുകളിൽനിന്നും പ്രതിവർഷം

പുറത്തേക്കു വരുന്നതായി കണക്കാക്കപ്പെടുന്നു. നഗരപ്രദേശങ്ങളിൽ കുന്നുകൂടുന്ന ഖരമാലിന്യങ്ങളാണ് മീഥെയ്നിന്റെ മറ്റൊരു സ്രോതസ്സ്. ആർത്തിയോടെ എല്ലാം വാങ്ങിക്കൂട്ടാൻ വെമ്പൽകൂട്ടുന്ന ആധുനിക സമൂഹം സൃഷ്ടിക്കുന്ന ഖരമാലിന്യത്തിന്റെ അളവും ദിനംപ്രതി പെരുകിക്കൊണ്ടിരിക്കുന്നു. വാങ്ങുക, ഭാഗികമായി ഉപയോഗിക്കുക, ബാക്കി വലിച്ചെറിയുക എന്നതാണല്ലോ ഇന്നത്തെ ശൈലി! വ്യവസായയുഗത്തിനു മുൻപ് അന്തരീക്ഷവായുവിലെ മീഥെയ്നിന്റെ അളവ് 0.7 പി പി എം ആയിരുന്നെങ്കിൽ 2005 ൽ അത് 1.77 പി പി എം ആയി വർദ്ധിച്ചിരിക്കുന്നു. ഇൻഫ്രാറെഡ് രശ്മികളെ തടഞ്ഞുനിർത്താനും തളച്ചിടാനുമുള്ള ഈ വാതകത്തിന്റെ ശേഷി കാർബൺ ഡൈ ഓക്സൈഡിന്റെ 20-24 ഇരട്ടി ആയതിനാൽ ആഗോളതാപനപ്രക്രിയയിൽ ഈ വാതകത്തിന്റെ പങ്ക് വളരെ നിർണ്ണായകമാണ്. ഇപ്പോൾ ഇത് പ്രതിവർഷം ഒരു ശതമാനം വച്ചു വർദ്ധിച്ചുകൊണ്ടിരിക്കുന്നു. അന്തരീക്ഷത്തിലേക്കെത്തിച്ചേരുന്ന മീഥെയ്ൻ അന്തരീക്ഷത്തിലെ നീരാവിയുടെ അളവ് കൂട്ടുന്നതാണ് ഹരിതഗൃഹ പ്രഭാവത്തിന് ഏറെ പ്രോത്സാഹജനകമാകുന്നത്. 1750 നു ശേഷം അന്തരീക്ഷത്തിലെ മീഥെയ്നിന്റെ അളവ് 150% കണ്ടുവർദ്ധിച്ചിരിക്കുന്നു. 2050 ആകുമ്പോഴേക്കും ഹരിതഗൃഹവാതകങ്ങളിൽ ഏറ്റവും മുഖ്യമായത് മീഥെയ്ൻ ആകുമെന്നാണ് പ്രതീക്ഷിക്കുന്നത്. ജൈവമാലിന്യങ്ങളുടെ കൂമ്പാരം കൂടിക്കൂടി വരികയാണല്ലോ. അതിന്റെ അളവു കുറയ്ക്കണമെങ്കിൽ മനുഷ്യൻ അവന്റെ ഉപഭോഗതൃഷ്ണയ്ക്കും ശൈലിക്കും വ്യത്യാസം വരുത്തിയേ മതിയാവൂ.

നൈട്രസ് ഓക്സൈഡ്

അന്തരീക്ഷത്തിലെ മറ്റൊരു ഹരിതഗൃഹ വാതകമാണ് നൈട്രസ് ഓക്സൈഡ്. 2005 ൽ അതിന്റെ അളവ് 0.32 പി പി എം ആയിരുന്നു. ഫോസിൽ ഇന്ധനങ്ങൾ കത്തിക്കുന്നതിൽനിന്നു തന്നെയാണ് ഇതും അന്തരീക്ഷത്തിലേക്ക് വരുന്നത്. അതുകൂടാതെ കാർഷിക പ്രവർത്തനങ്ങളിൽ വരുന്ന ചില മാറ്റങ്ങളും ഈ വാതകത്തിന്റെ ഉല്പാദനത്തിനു കാരണമാകുന്നുണ്ട്. മണ്ണിൽ വളം ചേർക്കുമ്പോൾ അവിടെയുണ്ടാകുന്ന മൈക്രോബുകളുടെ പ്രവർത്തനവും ഈ വാതകത്തിന്റെ ഉല്പാദനത്തിനു വഴിതെളിക്കുന്നു. വളവും പ്രകൃതിയുടെ സ്വാഭാവിക പ്രക്രിയകളുംകൊണ്ട് 70-80 ശതമാനവും ഫോസിൽ ഇന്ധനങ്ങളുടെ ജ്വലനം കൊണ്ട് 20-30 ശതമാനവും നൈട്രസ് ഓക്സൈഡ് ഉണ്ടാകുന്നു. ആഗോളതാപനത്തിന് 5% ഉത്തരവാദിത്വം നൈട്രസ് ഓക്സൈഡിനുമുണ്ട്. ഈ വാതകം ഒരിക്കൽ അന്തരീക്ഷത്തിലേക്കു കടന്നാൽ ഏതാണ്ട് ഒരുനൂറ്റാണ്ടു കാലം അതവിടെ തങ്ങിനില്ക്കും. അതിനാൽ അന്തരീക്ഷത്തിലേക്ക് ഉത്സർജ്ജനം ചെയ്യുന്ന നൈട്രസ് ഓക്സൈഡിന്റെ അളവിൽ ഗണ്യമായ രീതിയിൽ കുറവു വരുത്തിയില്ലെങ്കിൽ അതിന്റെ അടിഞ്ഞുകൂടൽ ദീർഘകാലത്തേക്ക് വർദ്ധിച്ചുകൊണ്ടേയിരിക്കും. നൈട്രസ് ഓക്സൈഡിന്റെ

അന്തരീക്ഷത്തിലെ സാന്ദ്രീകരണം വ്യവസായവല്കരണത്തിനു മുൻപുള്ള കണക്കുപ്രകാരം 0.27 പി പി എം ആയിരുന്നു. ഇതിന്റെ വർദ്ധനയുടെ തോത് 1980നു ശേഷം ഏകദേശം സ്ഥിരമായിരുന്നു.

ക്ലോറോ ഫ്ളൂറോ കാർബൺ (സി എഫ് സി C F C)

പ്രകൃതിയിലുള്ള ഹരിതഗൃഹവാതകങ്ങളായ കാർബൺ ഡൈ ഓക്സൈഡ്, മീഥെയ്ൻ, നൈട്രസ് ഓക്സൈഡ് തുടങ്ങിയവയ്ക്ക് പുറമേ മനുഷ്യപ്രവർത്തനങ്ങളുടെ ഫലമായും അതേ പ്രവർത്തനശേഷിയുള്ള വാതകങ്ങൾ കൂടുതലായി അന്തരീക്ഷത്തിലേക്കു കടന്നുവരുന്നു. അതിനോടൊപ്പംതന്നെ ഹരിതഗൃഹ പ്രഭാവത്തിനു സഹായകമാവുന്ന മറ്റുചില രാസവസ്തുക്കളും മനുഷ്യപ്രവർത്തനത്തിന്റെ ഫലമായി അന്തരീക്ഷത്തിലേക്ക് നിക്ഷേപിക്കപ്പെടുന്നുണ്ട്. അക്കൂട്ടത്തിൽ ഏറ്റവും പ്രധാനപ്പെട്ട ഒന്നാണ് ക്ലോറോ ഫ്ളൂറോ കാർബൺ. ഈ രാസവസ്തു മനുഷ്യരാശിയുടെ രക്ഷാകവചമായി അന്തരീക്ഷത്തിൽ നിലകൊള്ളുന്ന ഓസോൺ പാളിയിൽ വിള്ളൽ സൃഷ്ടിക്കുന്നു. അതുകൊണ്ട് ഇതിന്റെ ഉല്പാദനം കുറയ്ക്കാനുള്ള തീവ്രശ്രമമൊക്കെ അന്താരാഷ്ട്രതലത്തിൽത്തന്നെ നടക്കുന്നുണ്ട്. എങ്കിലും അതിന്റെ അളവിൽ ഫലപ്രദമായ കുറവു വന്നതായി കാണുന്നില്ല. മാത്രവുമല്ല ഇതും ഒരിക്കൽ അന്തരീക്ഷത്തിലേക്കു പ്രവേശിച്ചാൽ അത് അടുത്ത 76 മുതൽ 140 വരെ വർഷത്തേക്ക് അവിടെ നിലനില്ക്കും. അന്തരീക്ഷത്തിലെ മറ്റ് ഹരിതഗൃഹവാതകങ്ങളുടെ അളവുമായി തട്ടിച്ചുനോക്കുമ്പോൾ സി എഫ് സിയുടെ മൊത്തം അളവ് വളരെ കുറവാണെന്നു കാണാം. എന്നാൽ അവയുടെ തന്മാത്രകൾക്ക് താപത്തെ ആഗിരണം ചെയ്യാനുള്ള കഴിവ് കാർബൺ ഡൈ ഓക്സൈഡിന്റെ തന്മാത്രകളുടേതിനേക്കാൾ ആയിരങ്ങളുടെ മടങ്ങ് കൂടുതലാണ്. അതിനാൽ ഹരിതഗൃഹ പ്രഭാവം സൃഷ്ടിക്കുന്നതിൽ സി എഫ് സിയുടെ പങ്കും വളരെ നിർണ്ണായകമാണ്. റഫ്രിജറേറ്റർ, പ്ലാസ്റ്റിക് ഫോംസ്, പ്രൊപ്പല്ലന്റ്സ് തുടങ്ങിയവയിലെല്ലാം ഉപയോഗിക്കുന്ന രാസവസ്തുവാണ് സി എഫ് സി. ജറ്റുവിമാനങ്ങളും ധാരാളമായി ഈ വാതകത്തെ പുറത്തേക്കുവിടുന്നു. സി എഫ് സി – 11, സി എഫ് സി – 12 എന്ന രണ്ടുതരം രാസവസ്തുക്കളാണ് കൂടുതലായി അന്തരീക്ഷത്തിലേക്കു കടന്നുവരുന്നത്. ഏതാണ്ട് 5% വർദ്ധന ഇതിന്റെയളവിൽ പ്രതിവർഷം ഉണ്ടാകുന്നുണ്ട്. വ്യവസായവല്കരണമാണ് അന്തരീക്ഷത്തിലേക്കുവരുന്ന മൊത്തം സി എഫ് സിയുടെ 25 ശതമാനത്തിനുത്തരവാദി. വികസിതരാജ്യങ്ങൾ തന്നെയാണ് ഇതിലെ മുഖ്യപ്രതികൾ.

എഴുപതുകളിൽ സി എഫ് സികൾ കണ്ടുപിടിക്കപ്പെട്ടതിനെത്തുടർന്ന് ഇവയുടെ നിർമ്മാണവും പ്രയോഗവും ഭീമമായ അളവിൽ വർദ്ധിക്കുകയാണുണ്ടായത്. പ്രതിവർഷം ഏതാണ്ട് 7ലക്ഷം ടൺ സി എഫ് സി അന്തരീക്ഷത്തിലേക്ക് തള്ളപ്പെടുന്നുണ്ട് എന്നാണ് കണക്കുകൾ സൂചിപ്പിക്കുന്നത്. 1987 വരെ ഉദ്ദേശം 15 ദശലക്ഷം ടൺ സി എഫ് സി

അന്തരീക്ഷത്തിൽ കലർന്നുകഴിഞ്ഞിരുന്നു. പിന്നീടും ഈ രാസവസ്തു കൂടുതലായി അന്തരീക്ഷത്തിലേക്ക് വന്നുകൊണ്ടിരിക്കുന്നു. നിലവിൽ ഇതിനകംതന്നെ അന്തരീക്ഷത്തിലേക്ക് എത്തിച്ചേർന്ന സി എഫ് സിയുടെ ശക്തി ക്ഷയിപ്പിക്കുവാൻതന്നെ കുറേവർഷങ്ങൾ കാത്തിരിക്കേണ്ടിവരും. മാത്രവുമല്ല ഇപ്പോൾ സി എഫ് സിക്കു പകരം ഉപയോഗിക്കുന്ന ഹൈഡ്രോക്ലോറോ ഫ്ളൂറോ കാർബണും (H C F C) ഹൈഡ്രോ ഫ്ളൂറോ കാർബണും (H F C) ഓസോൺപാളിക്ക് ദോഷം ചെയ്യില്ലെങ്കിലും അവയുടെ ഹരിതഗൃഹപ്രഭാവം ശക്തമായി വർദ്ധിപ്പിക്കുന്നവയാണ്.

ജലബാഷ്പം

ഭൂമിയുടെ അന്തരീക്ഷത്തിലുള്ള ഹരിതഗൃഹവാതകങ്ങളിൽ ഒന്നായ ജലബാഷ്പത്തിന്റെ അളവ് കഴിഞ്ഞ സഹസ്രാബ്ദങ്ങളിലെല്ലാം ഏറെക്കുറെ സ്ഥിരമായിത്തന്നെ നിലനില്ക്കുകയാണ്. മനുഷ്യരുടെ പ്രവർത്തനം മൂലം അതിന്റെ അളവിൽ വലിയ മാറ്റങ്ങൾ ഉണ്ടായിട്ടില്ല.

ചുരുക്കത്തിൽ മനുഷ്യനിർമ്മിതമായ ഹരിതഗൃഹവാതകങ്ങളുടെ അന്തരീക്ഷത്തിലേക്കുള്ള പ്രവേശനംകൊണ്ടാണ് ആഗോളതാപന പ്രതിഭാസം ഉണ്ടാകുന്നതെന്ന് ഇപ്പോൾ ശാസ്ത്രലോകം സ്ഥിരീകരിച്ചിരിക്കുന്നു. ഈ അടുത്തകാലത്ത് ഓർഗാൺ സർവ്വകലാശാലയിലെ ഒരു ശാസ്ത്രപഠനസംഘം ഈ വിഷയത്തിൽ നടത്തിയ ഗവേഷണത്തിന്റെ ഫലമായി ഞെട്ടിപ്പിക്കുന്ന പല വിവരങ്ങളും പുറത്തുവരികയുണ്ടായി. കഴിഞ്ഞ 11300 വർഷത്തെ ഭൂമിയുടെ താപനില പഠിച്ചതിൽനിന്നും മനസ്സിലാക്കാൻ കഴിഞ്ഞത് ഇപ്പോഴത്തെ താപനിലയാണ് ഏറ്റവും ഉയർന്നു നില്ക്കുന്നത് എന്നാണ്. ഇക്കഴിഞ്ഞ നൂറുവർഷത്തിനകത്താണ് ഏറ്റവും കൂടുതൽ താപവർദ്ധന ഉണ്ടായതെന്നും പഠനം ചൂണ്ടിക്കാട്ടുന്നു. അതു മാത്രവുമല്ല ഈ നൂറ്റാണ്ട് അവസാനിക്കുമ്പോൾ ഭൂമിയുടെ ചൂട് ശരാശരി 1.1^{0} C മുതൽ 6.6^{0} C വരെ ഉയരാമെന്നും പഠനം ചൂണ്ടിക്കാട്ടുന്നു. കഴിഞ്ഞ 10 വർഷങ്ങളിലായിരുന്നു 11300 വർഷങ്ങളിലെ 80 ശതമാനത്തേക്കാൾ ചൂടുണ്ടായിരുന്നത് എന്നും അവർ പറയുന്നു.

ഐക്യരാഷ്ട്ര സംഘടനയുടെ നേതൃത്വത്തിലുള്ള ഇന്റർ ഗവണ്മെന്റൽ പാനൽ ഓഫ് ക്ലൈമറ്റ് ചെയ്ഞ്ച് (ഐ പി സി സി - I P C C) ആഗോളതാപനത്തെയും അതേത്തുടർന്നുള്ള കാലാവസ്ഥാവ്യതിയാനത്തെയും കുറിച്ചുള്ള അനേകം ശാസ്ത്രീയ വസ്തുതകൾ പഠനറിപ്പോർട്ടുകളിലൂടെ ലോകസമക്ഷം അവതരിപ്പിച്ചിട്ടുണ്ട്. ലോകരാഷ്ട്ര നേതാക്കളുടെയും ശാസ്ത്രജ്ഞസമൂഹത്തിന്റെയും അടിയന്തരമായ സജീവശ്രദ്ധ ഈ വിഷയത്തിലേക്ക് ആകർഷിക്കുവാൻ ഈ റിപ്പോർട്ടുകൾ വളരെ സഹായകമായിട്ടുണ്ട്. മനുഷ്യൻ പ്രകൃതിയുടെമേൽ നടത്തുന്ന അശാസ്ത്രീയമായ പ്രവർത്തനങ്ങൾ അപകടകരമായ രീതിയിൽ ഭൂമിയിലെ താപനില വർദ്ധിപ്പിക്കുന്നു എന്നും അതിന്റെ പ്രത്യാഘാതങ്ങൾ തലമു

റകളിൽനിന്നും തലമുറകളിലേക്ക് വ്യാപിക്കുമെന്നും റിപ്പോർട്ട് മനുഷ്യ രാശിയെ ഓർമ്മപ്പെടുത്തുന്നു. 1990 മുതലാണ് ഐ പി സി സി റിപ്പോർട്ടുകൾ തയ്യാറാക്കിത്തുടങ്ങിയത്. ഏതാണ്ട 113 രാജ്യങ്ങളിലെ 2500 ൽ അധികം ശാസ്ത്രജ്ഞരാണ് ഈ റിപ്പോർട്ട് തയ്യാറാക്കാൻ ഭാഗഭാക്കുകളായിട്ടുള്ളത്. അങ്ങനെ ഭയാനകമായ രീതിയിൽ ഭൂമിക്ക് പൊള്ളലേല്ക്കുമ്പോൾ ഇവിടെ അധിവസിക്കുന്ന മനുഷ്യരുൾപ്പെടെയുള്ള ജീവജാലങ്ങൾ അഭിമുഖീകരിക്കേണ്ടിവരുന്ന അനന്തരഫലങ്ങൾ എന്തൊക്കെയാണെന്നു നോക്കാം.

5

ഭൂമിയുടെ പനി കൂടുമ്പോൾ

ഭൂമിയുടെ പനി കൂടിക്കൂടി വരുന്തോറും മനുഷ്യരാശി പ്രതീക്ഷിക്കാതിരുന്ന അനവധി പ്രതിഭാസങ്ങൾ ഉണ്ടായിവരുന്നു. പലപ്പോഴും അതിന്റെയൊക്കെ അനന്തരഫലങ്ങൾ വളരെ തിക്തവുമായിരിക്കുന്നു.

സമുദ്രനിരപ്പുയരുന്നു

ആഗോളതാപനംകൊണ്ട് സംഭവിക്കുന്ന ഏറ്റവും ഭയാനകമായ മാറ്റങ്ങളിലൊന്ന് സമുദ്രനിരപ്പിന്റെ ഉയർച്ചയാണ്. ഭൂമിയുടെ ചൂടുകൂടുന്നതനുസരിച്ച് സമുദ്രജലവും ചൂടാവുകയും വികസിക്കുകയും ചെയ്യും. മഞ്ഞുമലകളും ധ്രുവപ്രദേശങ്ങളിലെ മഞ്ഞുപാളികളും വേഗത്തിൽ ഉരുകുന്നതുമൂലം സമുദ്രത്തിലേക്കൊഴുകിവരുന്ന ജലത്തിന്റെ അളവ് ക്രമാതീതമായി വർദ്ധിക്കുന്നു. അന്റാർട്ടിക്കയിലെ തണുത്തുറഞ്ഞ കാലാവസ്ഥയും ഹിമപാളികളും യാതൊരു മാറ്റവും കൂടാതെ നിലനില്ക്കേണ്ടത് ഭൂമിയിലെ മറ്റ് ആവാസവ്യവസ്ഥകളുടെ സുസ്ഥിരതയ്ക്ക് അത്യന്താപേക്ഷിതമാണ്. ഭൂമിയിലെ 98% മഞ്ഞും അതുവഴി 70% ശുദ്ധജലവും ഇവിടെ ഹിമരൂപത്തിൽ സംഭരിക്കപ്പെട്ടിരിക്കുകയാണ്. സാധാരണഗതിയിൽ ആഗോളസമുദ്രനിരപ്പിൽ വ്യത്യാസം വരാതെ കാത്തുസൂക്ഷിക്കുന്നതിൽ വളരെ വലിയ ഒരു പങ്കാണ് ഈ ഹിമശേഖരത്തിനുള്ളത്. അന്റാർട്ടിക്കയിലെ മഞ്ഞ് മുഴുവൻ ഉരുകി വെള്ളമായാൽ ആഗോളസമുദ്രനിരപ്പ് ഇന്നുള്ളതിനേക്കാൾ ഏകദേശം 60 മീറ്റർ (200 അടി) വരെ ഉയരാം എന്നു കണക്കാക്കപ്പെടുന്നു. അത്രയുംവരെ സമുദ്രനിരപ്പുയർന്നാൽ ഭൂമിയിലെ താഴ്ന്ന പ്രദേശങ്ങളെല്ലാം കടലിനടിയിലാകും. ഈ ഉൽക്കണ്ഠയ്ക്ക് ആക്കം വരുത്തിക്കൊണ്ട് അന്റാർട്ടിക്കയിലെ ശരാശരി അന്തരീക്ഷ ഊഷ്മാവ് വളരെ നേരിയ തോതിലാണെങ്കിലും വർഷംതോറും വർദ്ധിച്ചുവരികയാണ്. കഴിഞ്ഞ അരനൂറ്റാണ്ടിനിടയിൽ ഓരോ ദശവർഷത്തിലും

താപനിലയിൽ ശരാശരി 0.1°Cന്റെ വർദ്ധന ഉണ്ടായതായി പഠനങ്ങൾ കാണിക്കുന്നു. തൽഫലമായി മഞ്ഞുരുകി കടലിലേക്ക് ഒഴുകുന്നതിൽ കാര്യമായ വർദ്ധന ഉണ്ടായതായും ആഗോള സമുദ്രനിരപ്പ് വർഷം തോറും 0.14 മില്ലി മീറ്റർ എന്ന നിരക്കിൽ ഉയരുന്നതായും കാണപ്പെട്ടിട്ടുണ്ട്. കഴിഞ്ഞ പതിറ്റാണ്ടിൽ മഞ്ഞുമലകൾ ഇടിഞ്ഞുവീഴുന്നത് സാധാരണമായിക്കൊണ്ടിരിക്കുന്നത്. അന്റാർട്ടിക്കയെയും ആഗോളതാപനം ബാധിക്കുന്നതിന്റെ തെളിവായി ചൂണ്ടിക്കാണിക്കപ്പെടുന്നുണ്ട്. അന്റാർട്ടിക്കയുടെ ഏകദേശം 89% ഭൂപ്രദേശവും ഹിമപാളിയാൽ മൂടപ്പെട്ടിരിക്കുന്നു. ഈ ഭീമൻ ഹിമപാളിക്ക് ഏകദേശം 1.6 കിലോമീറ്റർ കനവും ഉണ്ട്. ഇന്ത്യൻ, പസഫിക്, അറ്റ്ലാന്റിക് എന്നീ സമുദ്രങ്ങളുടെ ദക്ഷിണഭാഗങ്ങൾ ചേർന്നാണ് അന്റാർട്ടിക്കയുടെ അതിർത്തിമേഖല നിർണ്ണയിക്കുന്നത്. ഈ ഹിമപാളി മുഴുവൻ ഉരുകിയാൽ താഴ്ന്ന തീരപ്രദേശങ്ങളായ ബാങ്കോക്കിനെയും വെനീസിനെയും പോലുള്ള പ്രദേശങ്ങൾ പൂർണ്ണമായും അപ്രത്യക്ഷമാകും. സമുദ്രം ചൂടുപിടിക്കുന്നതിന്റെ ഭാഗമായി സമുദ്രനിരപ്പിൽ 50-100 സെന്റീമീറ്റർ നിരപ്പ് ഉയർന്നാൽത്തന്നെ ബംഗ്ലാദേശിന്റെയും പശ്ചിമബംഗാളിന്റെയും താഴ്ന്ന പ്രദേശങ്ങളൊക്കെ മറയും.

കഴിഞ്ഞ ഒരു നൂറ്റാണ്ടിനകത്ത് സമുദ്രനിരപ്പ് ശരാശരി 15.2 സെന്റീമീറ്റർ ഉയർന്നു എന്നാണ് കണക്കാക്കുന്നത്. 2075 ഓടെ ആഗോളതാപനത്തിന്റെ നിരക്ക് ഇന്നുള്ളതുപോലെ തുടർന്നാൽ സമുദ്രനിരപ്പ് 0.3 മീറ്റർ മുതൽ 2 മീറ്റർ വരെ ഉയരാൻ സാദ്ധ്യതയുണ്ട് എന്നും കണക്കാക്കപ്പെടുന്നു. അങ്ങനെയുണ്ടാകുന്ന സമുദ്രനിരപ്പിന്റെ ഉയർച്ച ലോകജനസംഖ്യയുടെ പകുതിയോളം വരുന്ന, തീരപ്രദേശങ്ങളിൽ അധിവസിക്കുന്നവരുടെ ജീവിതത്തെ കഠിനമായി ബാധിക്കും. മാലദ്വീപുസമൂഹം പോലുള്ളവ പൂർണ്ണമായും ജലത്തിനടിയിലാകും. ഇന്ത്യ, ബംഗ്ലാദേശ്, ചൈന, ഈജിപ്ത് തുടങ്ങിയ തീരപ്രദേശങ്ങളായ സർവ്വരാജ്യങ്ങളെയും ഇത് പ്രതികൂലമായി ബാധിക്കും. ഏകദേശം 10000 ചതുരശ്രകിലോമീറ്ററിനു താഴെ വിസ്തീർണ്ണമുള്ള ചെറിയ ദ്വീപുരാഷ്ട്രങ്ങളെ ആയിരിക്കും സമുദ്രനിരപ്പിന്റെ ഉയർച്ച ആദ്യം ബാധിക്കുക. ദീർഘമായ കടൽത്തീരമുള്ള പ്രദേശങ്ങളെല്ലാം തന്നെ ഇതിന്റെ പ്രത്യാഘാതം നേരിടേണ്ടിവരുമെന്നതിൽ തർക്കമില്ല.

സമുദ്രങ്ങളുടെ താപവർദ്ധന ശരാശരി 3000 മീറ്റർ ആഴത്തിലേക്ക് വ്യാപിച്ചിരിക്കുന്നു എന്നാണ് 1961 മുതലുള്ള നിരീക്ഷണങ്ങൾ വ്യക്തമാക്കുന്നത്. ഭൂമിയിലും സമുദ്രത്തിലും ഭൂസ്പർശമണ്ഡലത്തിന്റെ മുകൾഭാഗത്തുള്ള അന്തരീക്ഷബാഷ്പത്തിന്റെ അളവ് 1980 മുതലെങ്കിലും വർദ്ധിച്ചിട്ടുണ്ട്. ഈ വർദ്ധന അധികമായി ജലബാഷ്പവും കൂടുതൽ ചൂടുള്ള വായുവും ഉൾക്കൊള്ളാൻ കഴിയുന്നതരത്തിലുള്ളതാണ്. പുതിയ കണക്കുകളനുസരിച്ച് ഗ്രീൻലാന്റിലെയും അന്റാർട്ടിക്കയിലെയും മഞ്ഞുപാളികൾ ഉരുകിയതിന്റെ ഫലമായി 1993 നും 2003 നും ഇടയിലുള്ള 10 വർഷക്കാലത്ത് സമുദ്രനിരപ്പ് ഉയർന്നിട്ടുണ്ട്. 1961 മുതൽ 2003 വരെയുള്ള ആഗോളസമുദ്രവിതാനത്തിന്റെ ശരാശരി ഉയർച്ച പ്രതിവർഷം 1.8 കി.മീ. ആയിരുന്നു. എന്നാൽ

1993-2003 കാലയളവിൽ ഇത് വർദ്ധിച്ച് പ്രതിവർഷം 3.1 മി.മീ. ആയിത്തീർന്നു. ഇതു കാണിക്കുന്നത് അപകടം അടുത്തടുത്തു വരുന്നു എന്നാണ്.

ആഗോളതാപനംമൂലം ആർട്ടിക് വൃത്തത്തിന് വടക്കുള്ള സമുദ്രത്തിലെ മഞ്ഞുരുകുമ്പോൾ അത് സമുദ്രനിരപ്പ് ഉയർത്തുക മാത്രമല്ല ചെയ്യുന്നത്. ഓരോ വർഷം കഴിയുന്തോറും മഞ്ഞുരുകലിന്റെ അളവ് വർദ്ധിച്ചുവരുന്നു. 2004 ൽ ഇന്നത്തേതിന്റെ പകുതിയിൽ താഴെയായിരുന്നു മഞ്ഞുരുകലിന്റെ അളവ്. ഇപ്പോഴത്തെ നിരക്കിൽത്തന്നെ മുന്നോട്ടു പോയാലും 2040 ൽ ആർട്ടിക്കിലെ മഞ്ഞുപാളികളെല്ലാം ഇല്ലാതാവുമെന്ന് ശാസ്ത്രജ്ഞർ മുന്നറിയിപ്പു നല്കുന്നു. സമുദ്രനിരപ്പുയരുന്നതും ശൈത്യം കൂടുന്നതും മറ്റ് അനന്തരഫലങ്ങളാണ്. മഞ്ഞുപാളികളിൽ കുടുങ്ങിക്കിടക്കുന്ന ഹരിതഗൃഹവാതകങ്ങൾ പുറത്തുവരാനും ഇത് കാരണമാകും. ഹിമാലയത്തിലെ മഞ്ഞും ക്രമംവിട്ട് ഉരുകിത്തുടങ്ങിയതായി ഒരു പഠനം പറയുന്നു. ഹിമാലയത്തിലെ ഗംഗോത്രി ഗ്ലേസിയർ വർഷംപ്രതി 30 മീറ്ററും പിണ്ഡാരി 15 മീറ്ററും ഉരുകുന്നു. ഇതേ നിരക്കിൽ ഈ മഞ്ഞുരുകൽ തുടർന്നാൽ വടക്കേ ഇന്ത്യൻ നദികൾ വേനൽക്കാലത്തു വറ്റിവരളാനും വടക്കേ ഇന്ത്യയിൽ വെള്ളം കിട്ടാതെ കൃഷി അസാദ്ധ്യമാകാനും സാദ്ധ്യതയുള്ളതായി ശാസ്ത്രജ്ഞർ മുന്നറിയിപ്പുനല്കുന്നു.

കാലാവസ്ഥാ വ്യതിയാനം

ആഗോളതാപനം കൊണ്ടുണ്ടാകുന്ന കാലാവസ്ഥാ വ്യതിയാനത്തിന്റെ അനന്തരഫലങ്ങൾ വളരെ ആശങ്കാജനകമായിരിക്കും. നിയന്ത്രണമില്ലാത്ത വരൾച്ചയും കാലം തെറ്റുന്ന മഴയും മഞ്ഞുരുകലും വെള്ളപ്പൊക്കവും പ്രകൃതി ദുരന്തങ്ങളും കാർഷികത്തകർച്ചയും ഇവമൂലമുള്ള അഭയാർത്ഥി പ്രവാഹങ്ങളും ഒക്കെയായിരിക്കും ഭൂമിയുടെ ചൂട് ഏറിവരുന്നതിനെത്തുടർന്ന് ഉണ്ടാകാൻ പോകുന്നത്. ശാസ്ത്രരംഗത്തുള്ള മനുഷ്യന്റെ അറിവ് വളരെയധികം വർദ്ധിച്ചിട്ടുണ്ടെങ്കിലും വളരെ സങ്കീർണ്ണതകൾ നിറഞ്ഞ ഒരു പ്രതിഭാസമായ കാലാവസ്ഥയെയും അതിലുണ്ടാകുന്ന മാറ്റങ്ങളെയും കുറിച്ച് വളരെ സമ്പൂർണ്ണമായ നിഗമനങ്ങളിൽ എത്താൻ ഇപ്പോഴും മനുഷ്യന് കഴിയില്ല. മിക്കവാറും എല്ലാ പഠനങ്ങളും കണ്ടെത്തിയ ഒരു കാര്യം, ചൂട് ചെറിയ രീതിയിൽ കൂടിയാൽപ്പോലും കാലാവസ്ഥയിൽ വലിയ മാറ്റങ്ങൾ വരുമെന്നുതന്നെയാണ്.

വർദ്ധിച്ചുവരുന്ന ആഗോളതാപനവും അതിനനുസരിച്ചു സംഭവിക്കുന്ന കാലാവസ്ഥാമാറ്റവും വനങ്ങളുടെയും കാർഷികപ്രദേശങ്ങളുടെയും നിലനില്പിനെത്തന്നെ ബാധിക്കുന്നുണ്ട്. അതിവേഗത്തിൽ സംഭവിച്ചുകൊണ്ടിരിക്കുന്ന കാലാവസ്ഥാവ്യതിയാനത്തോട് പൊരുത്തപ്പെടാൻ കഴിയാത്ത വനപ്രദേശങ്ങൾ പലതും ലോകത്തിന്റെ വിവിധ ഭാഗങ്ങളിൽ, നാശത്തിന്റെ പാതയിലേക്കു നീങ്ങുന്നു. ശക്തമായ വരൾച്ചാ പ്രവണതയുടെയും വൻ ഉഷ്ണപ്രവാഹത്തിന്റെയും പശ്ചാത്തലത്തിൽ കാർഷികപ്രദേശങ്ങൾ പലതും ഊഷരമാകുന്നു. 1988 ൽ അമേരിക്കയിലെ മിഡ്‌വെസ്റ്റ് എന്ന പ്രദേശത്തുണ്ടായ ഉഷ്ണക്കാറ്റിൽ നശിച്ചുപോയ വലിയ ഒരു കാർഷികപ്രദേശം ലോകത്തിന് മുന്നറിയിപ്പ് നല്കുകയായിരുന്നു.

കാലാവസ്ഥാമാറ്റവും ആഗോളതാപനവും ലോക കാർഷിക രംഗത്തെ മാറ്റിമറിക്കുമെന്ന് ശാസ്ത്രജ്ഞന്മാർ ഭയക്കുന്നുണ്ട്. പലപല കാരണങ്ങൾകൊണ്ടും ലോക ഭക്ഷ്യരംഗം ഒരു വലിയ പ്രതിസന്ധിയിലാണ്. ആഫ്രിക്കൻ പ്രദേശത്തു മാത്രം ഭക്ഷ്യോല്പാദനം 15–35 ശതമാനം കണ്ട് കുറയുമെന്നാണ് നിഗമനം. മാത്രവുമല്ല 20 മുതൽ 50 ശതമാനംവരെ ജീവിവർഗ്ഗങ്ങളും ഭൂമുഖത്തുനിന്ന് തുടച്ചുനീക്കപ്പെട്ടേക്കാം. പല രാജ്യങ്ങളിലും ഭക്ഷ്യലഹളകൾക്ക് സാദ്ധ്യതയുള്ളതായും വിലയിരുത്തുന്നു. നമ്മുടെ രാജ്യത്തിന്റെ ഭക്ഷ്യധാന്യസ്ഥിതിയും ആശങ്കാജനകംതന്നെ. ആസ്ട്രേലിയയിൽ 2006 മുതൽ 2008 വരെ തുടർന്ന വരൾച്ച ആഗോള ഗോതമ്പുല്പാദനത്തെ കാര്യമായി ബാധിച്ചു. ഉക്രയിൻ, അർജന്റീന, തെക്കൻ റഷ്യ എന്നിവിടങ്ങളിലും പ്രതികൂല കാലാവസ്ഥ ഉണ്ടായതുകാരണം, അത് ആഗോള ഭക്ഷ്യധാന്യക്കരുതലിനെ ബാധിച്ചു.

മനുഷ്യൻ ആവശ്യമുള്ളത്ര ഭക്ഷണം കൃഷിചെയ്ത് ഉല്പാദിപ്പിക്കണമെങ്കിൽ താപം, സൂര്യപ്രകാശം, മഴ എന്നീ കാലാവസ്ഥാഘടകങ്ങൾ അനുകൂലമായിരിക്കണം. ഇവയിൽ എന്തെങ്കിലും മാറ്റമുണ്ടായാൽ അത് കാർഷികോല്പാദനത്തെയും ഭക്ഷ്യോല്പാദനത്തെയും ബാധിക്കും. സാമ്പത്തികമായി പിന്നോക്കം നില്ക്കുന്ന രാജ്യങ്ങളുടെ ഭക്ഷ്യസുരക്ഷയെയാണ് ഇത് ഏറ്റവും കൂടുതൽ അപകടപ്പെടുത്തുന്നത്. ഇപ്പോഴത്തെ പ്രവചനം അനുസരിച്ച് ഇന്ത്യ ഉൾപ്പെടെയുള്ള തെക്കുകിഴക്കൻ ഏഷ്യൻ രാജ്യങ്ങളിൽ കാലാവസ്ഥാവ്യതിയാനംകൊണ്ട് ഭക്ഷ്യോല്പാദനത്തിൽ 22% കുറവുണ്ടാകും. എന്തായാലും കാലാവസ്ഥാവ്യതിയാനം നേരിടുന്നതിനും ഭക്ഷ്യോല്പാദനം വർദ്ധിപ്പിക്കുന്നതിനും യോജ്യമായ രീതിയിൽ സാങ്കേതികവിദ്യകൾ രൂപപ്പെടുത്തേണ്ടിയിരിക്കുന്നു. കാർഷികരംഗത്തെ ഗവേഷണം ഈ ദിശയിലേക്ക് തിരിയേണ്ടതും ആവശ്യമാണ്.

സമുദ്രങ്ങൾക്ക് മുകളിലുള്ള ജലബാഷ്പത്തിന്റെ അളവിനെയും ആഗോളതാപനം സ്വാധീനിക്കുന്നുണ്ട്. അന്തരീക്ഷത്തിലുണ്ടാകുന്ന താപവ്യത്യാസം സമുദ്രോപരിതലത്തിലെ ജലത്തിന്റെ താപത്തിലും വ്യത്യാസമുണ്ടാക്കുന്നു. മാത്രവുമല്ല ഈ ചൂടുപിടിക്കൽ ഉപരിതലത്തിൽ മാത്രം ഒതുങ്ങിനില്ക്കുന്നതുമല്ല. ഉപരിതലത്തിനു താഴെ 500–600 മീറ്ററോളം ആഴത്തിൽ ഇതു വ്യാപിച്ചതായും കണ്ടെത്തിയിട്ടുണ്ട്. ഇതുകാരണം ഉണ്ടാകുന്ന വമ്പിച്ച ബാഷ്പീകരണം സമുദ്രങ്ങൾക്കു മുകളിലുള്ള ജലബാഷ്പത്തിന്റെ അളവ് വർദ്ധിപ്പിക്കാനിടയായിട്ടുമുണ്ട്. 1970 മുതൽ 4% കണ്ടു വർദ്ധിച്ച ഇത് നശീകരണശേഷിയേറിയ കൊടുങ്കാറ്റുകൾ, ചുഴലിക്കാറ്റുകൾ എന്നിവ തുടർച്ചയായി സൃഷ്ടിക്കുന്നതിന് ഇടയാക്കുകയുണ്ടായി. മാത്രവുമല്ല ഓരോ വർഷം കഴിയുന്തോറും ഇത്തരത്തിലുള്ള ചുഴലിക്കാറ്റുകളുടെ നശീകരണശേഷി ക്രമേണ വർദ്ധിച്ചുവരുന്നതായും കാണുന്നു.

ഭൂമിയിലുള്ള ജീവസ്പീഷിസുകളുടെ വംശനാശത്തിനും ആഗോളതാപനവും കാലാവസ്ഥാവ്യതിയാനവും കാരണമാകുമെന്നും ഏറക്കുറെ സ്ഥിരീകരിക്കപ്പെട്ടിട്ടുണ്ട്. എന്നാൽ അതിന്റെ എല്ലാ വിശദാംശങ്ങളും ശാസ്ത്രലോകത്തിനും പൂർണ്ണമായി മനസ്സിലാക്കുവാൻ കഴിഞ്ഞിട്ടില്ല.

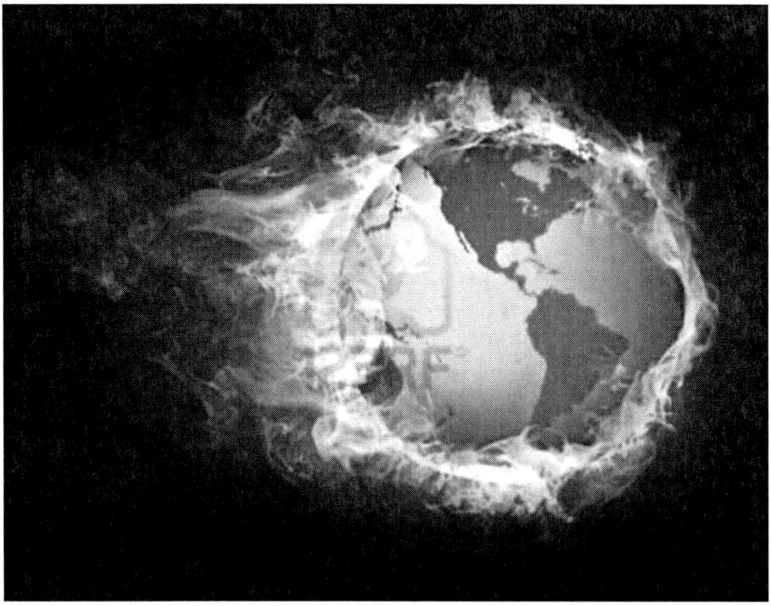

എങ്കിലും അതിനിടയാക്കുന്ന പ്രത്യാഘാതങ്ങൾ ശക്തമായിരിക്കുമെന്നുറപ്പുണ്ട്. പ്രാദേശികമായി സംഭവിക്കുന്ന ഋതുവ്യതിയാനങ്ങളാണ് ഇതിൽ പ്രധാനപങ്ക് വഹിക്കുന്നത്. അന്തരീക്ഷത്തിലുണ്ടാകുന്ന താപവ്യതിയാനം ചില പക്ഷികളുടേയും മത്സ്യങ്ങളുടേയും ഒക്കെ ദേശാടനരീതിയിൽ മാറ്റമുണ്ടാക്കുന്നുണ്ട്. മുട്ടയിടുന്നതിന്റെയും മുട്ട വിരിയുന്നതിന്റെയും സമയക്രമങ്ങൾ മാറിമറിയുന്നതും നിരീക്ഷിക്കപ്പെട്ടിട്ടുണ്ട്. ചൂടുപിടിച്ച സമുദ്രജലം, മഞ്ഞുകട്ടകളുടെ ശോഷണം, സമുദ്രജലത്തിലെ അമ്ലതയിലെയും ലവണാംശത്തിലെയും മാറ്റം, സമുദ്രജലപ്രവാഹങ്ങളിലെ വ്യതിയാനം തുടങ്ങിയവ ആൽഗകൾ, പ്ലവഗങ്ങൾ എന്നിവയുടെ നിലനില്പിനും അപകടകരമായിത്തീരുന്നു. അവയൊക്കെ ആഹാരമാക്കുന്ന മത്സ്യങ്ങളും വംശനാശത്തിലേക്കു നീങ്ങുന്നു.

തണ്ണീർത്തടങ്ങൾ, ഉപ്പുചതുപ്പുകൾ, കണ്ടൽക്കാടുകൾ തുടങ്ങിയ ആവാസവ്യവസ്ഥയെ ആശ്രയിച്ചു കഴിയുന്ന ജീവജാലങ്ങൾക്ക് ആ ആവാസവ്യവസ്ഥകളിലല്ലാതെ നില്ക്കുക സാദ്ധ്യമല്ല. ആഗോളതാപനത്തിന്റെ ഫലമായി ഇത്തരം ആവാസവ്യവസ്ഥകൾക്കുണ്ടാകുന്ന നാശം ഇവയെ ആശ്രയിച്ചു കഴിയുന്ന ജീവജാലങ്ങളുടെയും നാശത്തിലേക്കു വഴിതെളിക്കും. ലോകത്തെമ്പാടുമുള്ള പവിഴപ്പുറ്റുകളുടെ നാശവും ആഗോളതാപനത്തിന്റെ അനന്തരഫലമാണ്. സമുദ്രത്തിലെ ജൈവവൈവിദ്ധ്യത്തിന്റെ ഏറ്റവും മനോഹരമായ ദൃശ്യമാണ് പവിഴപ്പുറ്റുകളിൽ കാണുക. ഇന്ന് അവ വ്യാപകമായി നശിച്ചുകൊണ്ടിരിക്കുന്നു. അതോടൊപ്പം അവയെ ആവാസമാക്കുന്ന ഒട്ടനവധി അനുബന്ധ സ്പീഷിസുകൾക്കും നാശം സംഭവിക്കുന്നു.

കാലാവസ്ഥാമാറ്റം ജീവികളുടെ ആരോഗ്യത്തെയും വളരെയധികം

ദോഷകരമായി ബാധിക്കുന്നു. അത്യുഗ്രമായ ഉഷ്ണതരംഗത്താൽ അനേകം മനുഷ്യർക്കും ജന്തുക്കൾക്കും ഒക്കെ മരണം സംഭവിച്ചതായി അനവധി ഉദാഹരണങ്ങൾ ലോകത്തിന്റെ വിവിധഭാഗങ്ങളിൽനിന്നും റിപ്പോർട്ടു ചെയ്യപ്പെടുന്നു. നേത്രരോഗങ്ങൾ, തൊലിയിൽ ഉണ്ടാകുന്ന അർബ്ബുദം എന്നിവയും വർദ്ധിക്കും. മാത്രവുമല്ല പുതിയ പുതിയ രോഗങ്ങളുടെ ആവിർഭാവവും ഉണ്ടാകുന്നു. കഠിനമായ വരൾച്ചയുടെ ഭാഗമായി ഉണ്ടാകുന്ന കുടിവെള്ള ക്ഷാമവും ലഭ്യമാകുന്ന കുടിവെള്ള സ്രോതസ്സുകളുടെ വ്യാപകമായ മലിനീകരണവും ജലജന്യരോഗങ്ങൾ വർദ്ധിക്കുവാൻ ഇടയാക്കുന്നു. ഭക്ഷണവസ്തുക്കളുടെ ദൗർലഭ്യം കാരണം ഉണ്ടാകുന്ന പോഷണക്കുറവ് മനുഷ്യരുടെ പ്രതിരോധശക്തി കുറയ്ക്കുന്നതുകാരണം പകർച്ചവ്യാധികൾ പടർന്നു പിടിക്കുന്നു.

കാലാവസ്ഥയിൽ ഉണ്ടാകുന്ന അപ്രതീക്ഷിതമാറ്റങ്ങളുമായി പെട്ടെന്നു പൊരുത്തപ്പെടാൻ കഴിയാത്ത പല രോഗഹേതുക്കളായ ഏകകോശജീവികളും അനുയോജ്യമായ മറ്റു സ്ഥലങ്ങളിലേക്ക് ദേശാടനം ചെയ്യുന്നതിന്റെ അനന്തരഫലങ്ങൾ വളരെ ഗുരുതരമാണ്. ഇങ്ങനെ ആഗോളതാപനംകൊണ്ടു സംഭവിക്കുന്ന കാലാവസ്ഥാമാറ്റം മനുഷ്യരാശിക്കു മാത്രമല്ല എല്ലാ സസ്യജന്തുവിഭാഗത്തിനും ദൂരവ്യാപകമായ നാശഗർത്തത്തിലേക്ക് വഴിയൊരുക്കുന്നതാണ്.

6

ചികിത്സാ പദ്ധതികളിലൂടെ

വർദ്ധിച്ചുവരുന്ന ഭൂമിയുടെ പനി കുറയ്ക്കാനും മനുഷ്യരാശിയെ ഒരു വലിയ ദുരന്തസ്ഥിതിയിൽനിന്നും രക്ഷിക്കാനും ആവശ്യമായ ചികിത്സാമാർഗ്ഗങ്ങളെക്കുറിച്ചും ചർച്ചകൾ നടക്കുന്നുണ്ട്. ഭൂമിക്ക് ഇതിനകം ഉണ്ടായിക്കഴിഞ്ഞ പനി പൂർണ്ണമായും മാറ്റിയെടുക്കാൻ അടുത്തകാലത്തെങ്ങാനും സാദ്ധ്യമാകുമോ എന്നത് സംശയകരമായ കാര്യമാണ്. എന്നാൽ ഇപ്പോഴും വർദ്ധിച്ചുകൊണ്ടേയിരിക്കുന്ന ചൂടിന് തടയിടാനും ഇപ്പോഴുള്ള ചൂടിനെ കുറച്ചുകൊണ്ടുവരാനുമുള്ള ചികിത്സാമാർഗ്ഗങ്ങളെപ്പറ്റിയാണ് പരിചിന്തനം ചെയ്യുന്നത്. എത്രത്തോളം വേഗത്തിൽ ഫലപ്രദമായ ചികിത്സാപദ്ധതി തയ്യാറാക്കി നടപ്പിൽ വരുത്തുന്നോ അത്രത്തോളം വേഗത്തിൽ വളരെ ഭയാനകമായ ഭവിഷ്യത്തുകൾ കുറയ്ക്കാനാവും.

അന്തരീക്ഷത്തിൽ ഉണ്ടാകുന്ന മറ്റുചില പ്രതിഭാസങ്ങൾക്കു തടയിടാൻ ശ്രമിക്കുമ്പോൾ ആ പ്രവർത്തനത്തിൽനിന്നും ഉത്ഭവിക്കുന്ന ചില പുതിയ ഘടകങ്ങളും ഭൂമിയുടെ ചൂടുപിടിക്കലിനു കാരണമായിത്തീരുന്നു. ഉദാഹരണത്തിന് ഓസോൺ പാളിയിൽ വിള്ളലുണ്ടാകാൻ മുഖ്യകാരണമായി പ്രവർത്തിക്കുന്ന സി എഫ് സിയുടെയും ഹാലോണിന്റെയും ഉല്പാദനം കുറയ്ക്കാനുള്ള ശ്രമം വിജയത്തിലേക്കു കുതിക്കുമ്പോൾ അവയ്ക്കു പകരം ഉപയോഗിക്കുന്ന പല രാസികങ്ങളും ആഗോളതാപനത്തിന് ആക്കംകൂട്ടും എന്നാണ് കണ്ടെത്തിയിട്ടുള്ളത്. മാത്രമല്ല ഇതിനകം അന്തരീക്ഷത്തിൽ പ്രവേശിച്ചു നിലനില്ക്കുന്ന സി എഫ് സിയും ഹാലോണുമെല്ലാം ഏതാണ്ട് ഒരു നൂറ്റാണ്ടോളം അവിടെത്തന്നെ നില്ക്കുമെന്നുള്ളതുകൊണ്ട് അത് വീണ്ടും ഭൂമിയുടെ ചൂടു വർദ്ധിപ്പിക്കുന്നതിന് കാരണമായി ഭവിക്കുന്നു. അതിനാൽ ഭൂമിയുടെ ചൂട് കുറയ്ക്കുന്നതിനുവേണ്ടി ചികിത്സാമാർഗ്ഗങ്ങൾ ആലോചിക്കുമ്പോൾ ഈ ഘടകങ്ങളും കണക്കിലെടുക്കേണ്ടതുണ്ട്.

ഇന്നു തുടർച്ചയായി നടന്നുകൊണ്ടിരിക്കുന്ന ആഗോളതാപന വർദ്ധനയുടെ വേഗതയ്ക്ക് ഫലപ്രദമായി കുറവു വരുത്തണമെങ്കിൽ ഇപ്പോൾ മനുഷ്യപ്രവർത്തനങ്ങളുടെ ഫലമായി ഉല്പാദിപ്പിക്കപ്പെട്ടുകൊണ്ടിരിക്കുന്ന കാർബൺ ഡൈ ഓക്സൈഡിന്റെ അളവ് ഗണ്യമായി കുറയ്ക്കേണ്ടിവരും എന്നതിന് ആർക്കും സംശയമില്ല. മറ്റൊരുതരത്തിൽ പറഞ്ഞാൽ കാർബൺ ഡൈ ഓക്സൈഡിന്റെ ഉത്സർജ്ജത്തിനു വഴിവയ്ക്കുന്ന ഊർജ്ജോപഭോഗത്തിന് ഗണ്യമായ കുറവു വരുത്തണം എന്നർത്ഥം. സാങ്കേതികവിദ്യയുടെ അഭൂതപൂർവ്വമായ വളർച്ചയും വികാസവും ഊർജ്ജസംരക്ഷണത്തിന് പരമാവധി സഹായിക്കുന്ന തരത്തിലായിരിക്കണം പ്രയോഗത്തിൽ വരുത്തേണ്ടത്. നാം ഉപയോഗിക്കുന്ന ഊർജ്ജത്തിന്റെ സ്രോതസ്സ് അഥവാ സാങ്കേതികവിദ്യ കാർബൺ ഡൈ ഓക്സൈഡ് പുറത്തുവിടാത്തതോ അഥവാ വളരെ കുറഞ്ഞ അളവിൽ മാത്രം പുറത്തേക്കുവിടുന്നതോ ആക്കുന്നതാണുത്തമം.

ഊർജ്ജമേഖലയുമായി ബന്ധപ്പെട്ട് തീരുമാനങ്ങളെടുക്കുമ്പോൾ എല്ലായ്പ്പോഴും ഹരിതഗൃഹവാതകങ്ങളുടെ സ്വാധീനത്തിനു വലിയ പരിഗണന നല്കേണ്ടിവരും. ഫോസിൽ ഇന്ധനങ്ങളുടെ ഉപയോഗം നിത്യജീവിതത്തിൽ എങ്ങനെയൊക്കെ കുറയ്ക്കാം എന്നുള്ളതിനെപ്പറ്റി വ്യക്തമായ ധാരണകളുണ്ടാക്കി അതിന്റെയടിസ്ഥാനത്തിൽ ജനങ്ങളുടെയിടയിൽ ഫലപ്രദമായി ബോധവല്ക്കരണപ്രവർത്തനം സംഘടിപ്പിക്കണം. ഗൃഹങ്ങളിലും വ്യവസായസ്ഥാപനങ്ങളിലുമെല്ലാം സാങ്കേതികവിദ്യയുടെ പുരോഗതിയിലുള്ള പ്രയോജനം നടപ്പിൽ വരുത്താൻ പ്രോത്സാഹിപ്പിക്കപ്പെടേണ്ടതാണ്. സാധാരണ ഉപയോഗിക്കുന്ന വൈദ്യുതബൾബുകൾക്കുപകരം ഫ്ളൂറസെന്റ് ട്യൂബുകൾ ഏറ്റവും നവീന സാങ്കേതികരൂപങ്ങളിലുള്ള വൈദ്യുത ഉപകരണങ്ങൾ, കാര്യക്ഷമതയും ഇന്ധനക്ഷമതയുമുള്ള വാഹനങ്ങൾ മുതലായവയൊക്കെ ഉപയോഗിക്കാൻ പ്രോത്സാഹിപ്പിക്കേണ്ടതാണ്. സർക്കാരുകളുടെയും ജനങ്ങളുടെയും വളരെ പ്രധാനപ്പെട്ട ഒരു അജണ്ടയായി പരിസ്ഥിതി സംരക്ഷണം, ഊർജ്ജ സംരക്ഷണം എന്നിവ ഉയർത്തിക്കൊണ്ടുവരണം. 1975 മുതൽ 2005 വരെയുള്ള കാലഘട്ടത്തിൽ അമേരിക്കയിലെ മിക്കവാറും എല്ലാ പ്രദേശങ്ങളിലും വൈദ്യുതി ഉപഭോഗം ഏതാണ്ട് 60 ശതമാനത്തിനുമേൽ വർദ്ധിച്ചപ്പോൾ കാലിഫോർണിയയിൽമാത്രം ഈ കാലയളവിൽ വൈദ്യുതി ഉപഭോഗം ഒരു യൂണിറ്റുപോലും വർദ്ധിച്ചിരുന്നില്ല എന്ന കാര്യം പലരെയും അത്ഭുതപ്പെടുത്തി. അവിടത്തെ ഭരണകൂടത്തിന്റെ ബോധപൂർവ്വമായ ഇടപെടൽമൂലമാണ് ഇത് സാദ്ധ്യമായത്. ഉയർന്ന ക്ഷമതയുള്ള ഉപകരണങ്ങൾ മാത്രം ഉപയോഗിക്കുന്ന ഒരു ശീലം ജനങ്ങളുടെയിടയിൽ വളരെ ഫലപ്രദമായി വളർത്തിയെടുത്തുകൊണ്ടാണ് ഈ നേട്ടം അവർ കൈവരിച്ചത്.

ജപ്പാനിൽ നടക്കുന്നതുപോലെ ഇന്ധനക്ഷമത കൂടിയതും കാർബൺഡൈ ഓക്സൈഡ് ഉത്സർജ്ജനം ഏറ്റവും കുറഞ്ഞതുമായ യന്ത്രങ്ങൾ നിർമ്മിക്കുന്നതിന് നിർമ്മാണക്കമ്പനികളെയും അത്തരം

യന്ത്രങ്ങൾ മാത്രം ഉപയോഗിക്കുവാൻ ജനങ്ങളെയും സ്ഥാപനങ്ങളെയും ഭരണകൂടംതന്നെ നേരിട്ടു പ്രോത്സാഹിപ്പിക്കുന്ന രീതി എല്ലാ രാജ്യങ്ങൾക്കും അനുകരിക്കാവുന്നതാണ്. ഒരുപക്ഷേ, അതുകൊണ്ടുതന്നെയായിരിക്കാം അമേരിക്കയുടെ ഊർജ്ജോല്പാദനകേന്ദ്രങ്ങളിൽനിന്ന് ഒരു വർഷം ആകെയുണ്ടാകുന്ന ഊർജ്ജനഷ്ടം ജപ്പാനിലെ ഒരു വർഷത്തെ ഊർജ്ജോപഭോഗത്തിനു തുല്യമാവുന്നത്. സൂര്യപ്രകാശം, കാറ്റ് മുതലായ പരിസ്ഥിതിസൗഹൃദപരമായ ഊർജ്ജസ്രോതസ്സുകൾ ഊർജ്ജോല്പാദനത്തിന് ഉപയോഗിക്കുന്ന സ്ഥിതി വ്യാപകമായിട്ടുണ്ടാകണം.

എന്നാൽ പല കോണുകളിൽനിന്നും പെട്ടെന്നു പൊന്തിവരുന്ന നിർദ്ദേശം കാർബൺ ഡൈ ഓക്സൈഡിൽനിന്നും വിമുക്തമായ അണു ഊർജ്ജ സ്രോതസ്സ് ഒരു നല്ല ബദലാണ് എന്നാണ്. ആ ഊർജ്ജം ഉല്പാദിപ്പിക്കുമ്പോൾ ആഗോളതാപനത്തിനു സഹായകമായ ഒരു ഘടകവും ഉല്പാദിപ്പിക്കപ്പെടുന്നില്ലല്ലോ എന്നതാണ് ചൂണ്ടിക്കാണിക്കപ്പെടുന്നത്. എന്നാൽ ഈ വാദഗതിയെ ശക്തമായി എതിർക്കുന്ന ഒരു വലിയ വിഭാഗം ജനങ്ങളും മറുവശത്തുണ്ട്. ഫോസിൽ ഇന്ധനങ്ങൾക്ക് പകരമായി അണു ഊർജ്ജം ഉപയോഗിക്കുന്നതിൽ പതിയിരിക്കുന്ന അനവധി അപകടകരമായ വസ്തുതകൾ അക്കൂട്ടർ ചൂണ്ടിക്കാട്ടുന്നു. ഫുക്കുഷിമയിൽ നടന്നതുൾപ്പെടെ അണുഊർജ്ജ പ്ലാന്റുകളിൽ സംഭവിച്ച അപകടങ്ങളെ ലോകം വളരെ ഭീതിയോടെയാണ് നോക്കിക്കാണുന്നത്. വളരെയധികം രാജ്യങ്ങളിൽ ഈ ഇനം ഊർജ്ജത്തിൽ ജനങ്ങളുടെ വിശ്വാസ്യത നഷ്ടപ്പെട്ടു. അതുകൊണ്ടുതന്നെ അനേകം രാജ്യങ്ങൾ അണുഊർജ്ജ പ്ലാന്റുകൾ നിർമ്മിക്കുന്നതിൽനിന്നും പുറകോട്ടുപോയതും മറ്റു ചില രാജ്യങ്ങൾ പ്രവർത്തിപ്പിച്ചുകൊണ്ടിരുന്ന പ്ലാന്റുകൾ പൂട്ടിയിട്ടതും. ആയിരക്കണക്കിനു വർഷങ്ങൾ അപകടകരമായ രീതിയിൽ അണുവികിരണം വമിച്ചുകൊണ്ട് ശേഷിക്കുന്ന മാലിന്യങ്ങൾ എങ്ങനെ കൈകാര്യം ചെയ്യുമെന്നതിനെക്കുറിച്ചും ശാസ്ത്രലോകം ഇപ്പോഴും ഇരുട്ടിൽ തപ്പുകയാണ്. അണുഊർജ്ജ ഉല്പാദനത്തിന് വേണ്ടിവരുന്ന ചെലവും വളരെ ഭീമമാണ്. അതിനാൽ അണുഊർജ്ജത്തിന്റെ ഉപയോഗം എന്നത് ഭൂമിയുടെ പനി കുറയ്ക്കാൻ വേണ്ടിയുള്ള ഫലപ്രദമായ ഔഷധമായി അധികമാളുകൾ കണക്കാക്കുന്നില്ല. അതിനാൽ സൗരോർജ്ജത്തിന്റെ വ്യാപകമായ ഉപയോഗം തീർച്ചയായും പരിഗണിക്കേണ്ടതുതന്നെയാണ്.

ഇന്നും ലോകത്തിന്റെ വിവിധ ഭാഗങ്ങളിൽ നടന്നുകൊണ്ടിരിക്കുന്ന വനനശീകരണം വേഗത്തിൽ നിർത്തുക എന്നത് ഭൂമിയുടെ പനി കുറയ്ക്കുവാൻ സ്വീകരിക്കാവുന്ന ഒരു നല്ല നടപടിയാണ്. അതോടൊപ്പം ഭൂമിയുടെ ഹരിതാവരണം വർദ്ധിപ്പിക്കാനുള്ള എല്ലാ നടപടികളും ജനങ്ങളുടെ സഹകരണത്തോടെ പരമാവധി വർദ്ധിപ്പിക്കുക എന്നതും വർദ്ധിച്ചുവരുന്ന ആഗോളതാപനത്തെ തടയിടാൻ സഹായിക്കും. ശോഷിച്ചുവരുന്ന വനപ്രദേശത്തെ കൂടുതൽ വൃക്ഷസമ്പുഷ്ടമാക്കി ശക്തമാക്കുമ്പോൾ കൂടുതലായി അന്തരീക്ഷത്തിലേക്ക് കടന്നുവരുന്ന കാർബൺ

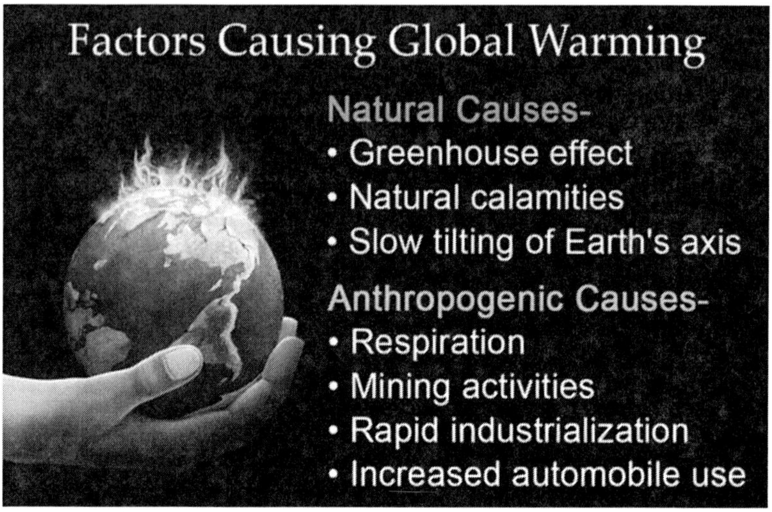

ഡൈ ഓക്സൈഡിനെ ആ വനപ്രദേശം ആഗിരണം ചെയ്ത് പ്രകാശ സംശ്ലേഷണത്തിനു വിധേയമാക്കും. അതിനാൽ ഇനി അവശേഷിക്കുന്ന വനപ്രദേശങ്ങളെങ്കിലും സംരക്ഷിക്കാനും ദുർബ്ബലമായിത്തീർന്ന വന പ്രദേശങ്ങളെ കഴിയുന്നതും പുഷ്ടിപ്പെടുത്താനും സഹായകമായ പ്രവർത്തനങ്ങൾക്ക് ഭരണാധികാരികൾ ഇച്ഛാശക്തി പ്രകടിപ്പിക്കേണ്ടതുണ്ട്. ശക്തമായ ഭരണനടപടികൾ അതിനുവേണ്ടി ആവിഷ്കരിക്കേണ്ടതുണ്ട്.

മോട്ടോർവാഹനങ്ങളുടെ ഉല്പാദനത്തിലും ഉപയോഗത്തിലും ഒക്കെ കർശനമായ നിയന്ത്രണങ്ങൾ ഏർപ്പെടുത്തേണ്ടതും അത്യാവശ്യമായി വരുന്നു. ഓരോ ദിവസവും നിരത്തിൽ ഇറങ്ങുന്ന വാഹനങ്ങളുടെ പെരുപ്പവും അവയിൽനിന്ന് ഉത്സർജ്ജിക്കുന്ന കാർബൺ ഡൈ ഓക്സൈഡിന്റെ അളവും ഭീതിപ്പെടുത്തുന്ന തരത്തിൽ വർദ്ധിച്ചുകൊണ്ടിരിക്കുന്നു. വാഹനങ്ങളുടെ ഉപയോഗത്തിലും യുക്തിസഹമായ നിയന്ത്രണങ്ങൾ ഏർപ്പെടുത്തേണ്ടത് സർക്കാരുകളുടെ കടമയാണ്. തൊഴിൽ, വിദ്യാഭ്യാസ സ്ഥാപനങ്ങളിലേക്ക് പൊതുവാഹനങ്ങളുടെ ഉപയോഗം വർദ്ധിപ്പിക്കുക, സ്വകാര്യവാഹനങ്ങൾ നിരത്തിൽ ഇറങ്ങുന്നതിൽ യുക്തിസഹമായ ക്രമീകരണങ്ങൾ ഏർപ്പെടുത്തുക, ഇന്ധനക്ഷമത കുറഞ്ഞ വാഹനങ്ങൾക്ക് കടുത്ത നികുതി ചുമത്തുക, സൈക്കിൾ പോലുള്ള വാഹനങ്ങളുടെ ഉപയോഗം വർദ്ധിപ്പിക്കാൻ പ്രോത്സാഹിപ്പിക്കുക തുടങ്ങിയ ഒട്ടനവധി ഫലപ്രദമായ നടപടികൾ ലോകമെമ്പാടും ആരംഭിക്കേണ്ടതുണ്ട്.

ഇന്ന് സമൂഹത്തിൽ ഉപഭോക്തൃ സംസ്കാരം വളരെ ശക്തമായി വളർന്നുകൊണ്ടിരിക്കുന്നു. ജനങ്ങളുടെ ഉപഭോഗത്വര വർദ്ധിപ്പിക്കുവാൻ വിവിധതരം മാദ്ധ്യമങ്ങൾ ശക്തമായി മനുഷ്യമനസ്സിനെ പ്രേരിപ്പിച്ചുകൊണ്ടേയിരിക്കുന്നു. അതോടൊപ്പംചേർന്ന് പരിഗണിക്കേണ്ട മറ്റൊരു വസ്തുതയാണ് വമ്പിച്ച ജനസംഖ്യാവർദ്ധനവ്. 1804 ൽ ലോകത്താകമാനം 100

കോടി ജനങ്ങൾ മാത്രമാണുണ്ടായിരുന്നതെങ്കിൽ 2011 അവസാനം അത് 700 കോടിയായി മാറിയിരിക്കുന്നു. 2050 ൽ ലോകത്താകമാനം 1000 കോടിയിലധികം ജനങ്ങൾ ഉണ്ടാകുമെന്നാണ് പ്രതീക്ഷിക്കുന്നത്. അങ്ങനെ ഒരുഭാഗത്ത് ജനസംഖ്യ പെരുകുകയും മറുഭാഗത്ത് അവരുടെയെല്ലാം ഉപഭോഗവാഞ്ഛ വർദ്ധിക്കുകയും ചെയ്യുമ്പോൾ ലോകത്താകമാനം അടിഞ്ഞുകൂടുന്ന മാലിന്യക്കൂമ്പാരവും അതിൽനിന്നും നിർഗ്ഗമിക്കുന്ന ഹരിതഗൃഹവാതകവും ഒക്കെ ജനജീവിതത്തിനു വൻ ഭീഷണി ഉയർത്തും.

ഉപഭോഗസംസ്കാരത്തിന്റെ ഫലമായി മനുഷ്യരിൽ കടന്നുവന്നിരിക്കുന്ന ആർഭാടം ഒരുതരത്തിലല്ലെങ്കിൽ മറ്റൊരു തരത്തിൽ മനുഷ്യരാശിക്ക് അനുഗുണമല്ലാത്ത പലതരം പ്രതിഭാസങ്ങളിലേക്കും വഴിതെളിക്കും. ഇന്ന് കെട്ടിടനിർമ്മാണം ത്വരിതഗതിയിൽ ഇന്ത്യയെപ്പോലുള്ള വികസ്വര രാജ്യങ്ങളിൽ നടന്നുകൊണ്ടിരിക്കുകയാണ്. മനുഷ്യന് സൈ്വരമായി ജീവിച്ചുപോകാനുള്ള ഒരു സ്ഥലമാണ് വീട് എന്നതിനെക്കാൾ ഇന്നത് ഒരു സാമൂഹ്യപദവിയുടെ സൂചകമായി മാറിയിരിക്കുന്നു. നിർമ്മിക്കപ്പെട്ടുകഴിഞ്ഞിട്ടുള്ള എത്രയോ വൻ കെട്ടിടങ്ങളുടെ ഒരു ചെറിയ ഭാഗം മാത്രമാണ് താമസിക്കാൻ ഉപയോഗിക്കുന്നത്. ബാക്കിയുള്ള ഇടം മുഴുവൻ വൃഥാ കിടക്കുകയാണ്. മുൻപ് പ്രാദേശികമായി ലഭ്യമായിട്ടുള്ള വസ്തുക്കൾ ഉപയോഗിച്ചാണ് കെട്ടിടനിർമ്മാണം നടത്തിയിരുന്നത്. ഇന്ന് അതിനുപകരം എത്രയോ സാധനങ്ങൾ നിർമ്മിച്ച് അതുപയോഗപ്പെടുത്തിയാണ് കെട്ടിടനിർമ്മാണം നടന്നുകൊണ്ടിരിക്കുന്നത്. അതിലൊരു മുഖ്യവസ്തു സിമന്റാണല്ലോ. 1 ടൺ സിമന്റ് ഉല്പാദിപ്പിക്കുമ്പോൾ ഏകദേശം 0.83 ടൺ കാർബൺ ഡൈ ഓക്സൈഡും ഉല്പാദിപ്പിക്കപ്പെടുന്നുണ്ടെന്നുള്ള കാര്യം നാം ഓർക്കാറില്ല.

ഒരു തരത്തിൽ പറഞ്ഞാൽ ഇപ്പോൾ ഭൂമിക്ക് പിടിപെട്ടിരിക്കുന്ന പനി ഒരു 'ജീവിതശൈലീരോഗം' തന്നെയാണ്. അതായത് ഈ ഭൂമിയിൽ അധിവസിക്കുന്ന കോടിക്കണക്കിനു ജനങ്ങളുടെ ജീവിതശൈലിയുമായി നേരിട്ടു ബന്ധപ്പെട്ടുനില്ക്കുന്ന ഒരു രോഗം തന്നെയാണിത്. അതുകൊണ്ടുതന്നെ ഈ രോഗം ഭേദമാക്കാൻ ഫലപ്രദമായ ഔഷധമെന്നത് ലോകജനതയിലെ ഓരോ അംഗത്തിന്റെയും ജീവിതശൈലിയിൽ വരുത്തേണ്ട മാറ്റം തന്നെയാണെന്ന് നിസ്സംശയം പറയാം. ഈ പനി ഉണ്ടാകുന്നതിന് കാരണക്കാരായ എല്ലാ വില്ലന്മാരെയും സൃഷ്ടിക്കുന്നത് മനുഷ്യന്റെ ചെയ്തിയാണെന്ന് നാം കണ്ടുകഴിഞ്ഞു. അതിനാൽ മനുഷ്യപ്രവർത്തനത്തിൽ മൗലികമായ ചില മാറ്റങ്ങൾ വരുത്തിക്കൊണ്ടു മാത്രമേ ഈ രോഗത്തെ ഫലപ്രദമായി ചികിത്സിക്കാനാകൂ. അതിനാലാണ് ആഗോളതാപനത്തിന്റെ ചർച്ച നടക്കുമ്പോൾ അതിന്റെ ഭവിഷ്യത്തുകൾ കുറച്ചുകൊണ്ടുവരുന്നതിന് എല്ലാ രാജ്യങ്ങൾക്കും എല്ലാ രാജ്യവാസികൾക്കും മൗലികമായ ചില കർത്തവ്യങ്ങൾ ഉണ്ട് എന്നു വാദിക്കുന്നത്.

മനുഷ്യന്റെ ജീവിതം പ്രകൃതിയേയും അതിൽനിന്ന് ലഭിക്കുന്ന വിലപ്പെട്ട വിഭവങ്ങളേയും ആശ്രയിച്ചു മാത്രമേ നടക്കുകയുള്ളൂ എന്ന ബാല

പാഠം പോലും പലപ്പോഴും മനുഷ്യൻ മറന്നുപോകുന്നു എന്നത് ഒരു സത്യമാണ്. ഇവിടെ ഗാന്ധിജിയുടെ അമൂല്യമായ വാക്കുകൾ ഓർക്കുക. “മനുഷ്യന്റെ എല്ലാ ആവശ്യങ്ങളും സംതൃപ്തിപ്പെടുത്താൻ പ്രകൃതിക്കു കഴിയും; എന്നാൽ മനുഷ്യന്റെ അത്യാർത്തിയെ സംതൃപ്തിപ്പെടുത്താൻ അതിനു കഴിയില്ല.” ഇന്ന് ലാഭത്തിനുവേണ്ടി ആർത്തിപൂണ്ട മനുഷ്യൻ പ്രകൃതിവിഭവങ്ങളെ ഒരു പരിമിതിയുമില്ലാതെ കൊള്ളയടിക്കുന്നു; വ്യാപകമായ വനനശീകരണം നടത്തുന്നു; അമിതസുഖസൗകര്യങ്ങൾ വർദ്ധിപ്പിക്കാൻ വേണ്ടി അവർ അതുമിതും വാങ്ങിക്കൂട്ടുന്നു; മാലിന്യക്കൂമ്പാരങ്ങൾ സൃഷ്ടിക്കുന്നു. ലളിതമായ ജീവിതശൈലിയിലേക്കു മടങ്ങാൻ മനുഷ്യൻ ഇന്ന് വിമുഖനാണ്. പ്രകൃതിയുമായി ഇണങ്ങിച്ചേർന്നു ജീവിക്കുവാൻ അവനു കഴിയില്ല. അവർ നടത്തുന്ന ഓരോ പ്രവർത്തനത്തിന്റെയും അനന്തരഫലം പ്രകൃതിക്കുമേൽ കടുത്ത സമ്മർദ്ദമാണ് ചെലുത്തുന്നത് എന്ന സത്യം മനസ്സിലാക്കി ജീവിതശൈലിയിൽ മാറ്റം വരുത്താൻ ഓരോരുത്തരും തയ്യാറാകേണ്ട സമയം വന്നെത്തിയിരിക്കുന്നു.

7

ഭൂമിയെ രക്ഷിക്കാൻ അന്താരാഷ്ട്ര ശ്രമങ്ങൾ

ആയിരത്തിത്തൊള്ളായിരത്തി എഴുപത്തിരണ്ടിലെ സ്റ്റോക്ഹോമിൽ നടന്ന അന്താരാഷ്ട്ര പരിസ്ഥിതി സമ്മേളനത്തിലാണ് കാലാവസ്ഥാ വ്യതിയാനം പോലുള്ള പരിസ്ഥിതി പ്രശ്നങ്ങളെക്കുറിച്ച് ലോകജനതയ്ക്ക് തിരിച്ചറിവ് ഉണ്ടായിത്തുടങ്ങിയത്. എങ്കിലും 1980 വരെയും ഈ പ്രശ്നങ്ങളിലുള്ള ചർച്ചയും സംവാദങ്ങളുമെല്ലാം ശാസ്ത്രജ്ഞരുടെയും പരിസ്ഥിതി പ്രവർത്തകരുടെയും ഇടയിൽ മാത്രം ഒതുങ്ങിനിന്നിരുന്നു. എൺപതുകളിൽ ഈ പ്രശ്നങ്ങൾ അന്തർദ്ദേശീയ രാഷ്ട്രീയ വേദികളിലും നയതന്ത്ര ചർച്ചകളിലും ഒക്കെ അജണ്ടയിൽ സ്ഥാനം പിടിക്കുകയുണ്ടായി. 1988 ൽ കാലാവസ്ഥാ മാറ്റത്തിനുള്ള കാരണങ്ങളെക്കുറിച്ചും അവയെ ചെറുക്കുന്നതിനുള്ള പ്രതിരോധമാർഗ്ഗങ്ങളെക്കുറിച്ചും ആഴത്തിൽ പഠിച്ച് പ്രായോഗിക നിർദ്ദേശങ്ങൾ സമർപ്പിക്കുവാൻവേണ്ടി ഐക്യരാഷ്ട്ര പരിസ്ഥിതി പരിപാടി (U N E P)യും ലോക കാലാവസ്ഥാ സംഘടനയും ചേർന്ന് ഐ പി സി സി (Inter- Governmental Panel on Climate Change - I P C C) എന്ന ഒരു കാലാവസ്ഥാ-ഭൗമശാസ്ത്ര സംഘത്തിനു രൂപം നല്കി. വിവിധ രാജ്യങ്ങളിൽനിന്നുള്ള കാലാവസ്ഥാ - ഭൗമശാസ്ത്ര സംഘങ്ങൾ കൂട്ടായി പ്രശ്നങ്ങളെ പഠിച്ച് അതിന്റെ നിഗമനങ്ങൾ റിപ്പോർട്ടുകളിലൂടെ ലോകരാഷ്ട്രങ്ങളുടെ മുന്നിൽ അവതരിപ്പിക്കുക എന്നതായിരുന്നു അവരുടെ ദൗത്യം. 1990 മുതൽ ഏതാണ്ട് അഞ്ചുവർഷത്തിലൊരിക്കൽ ഐ പി സി സി അതിന്റെ റിപ്പോർട്ടുകൾ സമർപ്പിക്കുന്നുണ്ട്. 2014 ൽ അതിന്റെ അഞ്ചാമത്തെ റിപ്പോർട്ടും പുറത്തുവന്നു. ഇപ്പോൾ ഉണ്ടായിക്കൊണ്ടിരിക്കുന്ന ആഗോളതാപനത്തിന്റെയും കാലാവസ്ഥാവ്യതിയാനത്തിന്റെയും കാരണം മനുഷ്യപ്രവർത്തനത്തിന്റെ ഫലമായി അമിതമായി അന്തരീക്ഷത്തിലേക്ക് പുറന്തള്ളപ്പെ

ട്ടുകൊണ്ടിരിക്കുന്ന ഹരിതഗൃഹ വാതകങ്ങൾ മൂലമാണെന്ന് ഈ റിപ്പോർട്ടുകൾ അസന്ദിഗ്ദ്ധമായി പ്രസ്താവിച്ചിട്ടുണ്ട്.

1992 ലെ റിയോഡി ജനീറയിൽവച്ച് നടന്ന ഭൗമ ഉച്ചകോടിയിൽ, കാലാവസ്ഥാമാറ്റവുമായി എല്ലാ അംഗരാജ്യങ്ങളും അംഗീകരിച്ചു നടപ്പിലാക്കേണ്ട ഉടമ്പടിയുടെ ഒരു രൂപരേഖയ്ക്ക് ജന്മം നല്കുകയുണ്ടായി. “ഐക്യരാഷ്ട്രസഭയുടെ കാലാവസ്ഥാമാറ്റം സംബന്ധിച്ച ഉടമ്പടിയുടെ രൂപരേഖ”(UN Frame work Convention on Climate Change UNFCCC) എന്ന പേരിലാണ് അതറിയപ്പെട്ടത്. അമ്പതിലധികം രാജ്യങ്ങൾ അത് അംഗീകരിച്ചുകഴിഞ്ഞപ്പോൾ 1994 മാർച്ച് മാസത്തിൽ അത് നിലവിൽ വന്നു. കാലാവസ്ഥാവ്യൂഹത്തിൽ സംഭവിച്ചുകൊണ്ടിരിക്കുന്ന അപകടകരമായ വിധത്തിലുള്ള മാനുഷിക ഇടപെടൽ തടയുന്നതിനായി അന്തരീക്ഷത്തിലെ ഹരിതഗൃഹവാതകങ്ങളുടെ ഗാഢത ഉചിതമായ നിലയിൽ സ്ഥിരീകരിക്കുക എന്നതാണ് ഈ പ്രമാണത്തിന്റെ മുഖ്യലക്ഷ്യമായി സൂചിപ്പിച്ചിരുന്നത്. തുടർന്നും അനവധി രാജ്യങ്ങൾ ഈ പ്രമാണത്തിൽ ഒപ്പുവച്ചു. ഇന്ത്യ ഉൾപ്പെടെ 190 ൽ അധികം രാജ്യങ്ങൾ ഇതിൽ ഒപ്പിട്ടുകഴിഞ്ഞു. ഈ പ്രമാണത്തിൽ ഒപ്പുവച്ച പല വികസിത രാജ്യങ്ങളും വികസ്വര രാജ്യങ്ങളും എല്ലാം 2000 ആകുമ്പോഴേക്കും തങ്ങളുടെ ഹരിതഗൃഹവാതക ഉത്സർജ്ജനം 1990 ന്റെ നിലയിലേക്ക് കുറച്ചുകൊണ്ടുവരാമെന്ന് വാഗ്ദാനം നല്കിയിരുന്നെങ്കിലും ഈ പ്രമാണത്തിന് നിയമപ്രാബല്യമില്ലാതിരുന്നതുകൊണ്ട് ആ വാഗ്ദാനങ്ങളെല്ലാം വെള്ളത്തിലെ വരപോലെയായി.

എങ്കിലും ഈ പ്രമാണം പ്രാബല്യത്തിൽ വന്നതിനെത്തുടർന്ന് 1995 മുതൽ ഓരോ വർഷവും ഇതുമായി ബന്ധപ്പെട്ട കക്ഷികളുടെ ആലോചനായോഗങ്ങൾ നടക്കാറുണ്ട്. ഈ യോഗങ്ങൾ അറിയപ്പെടുന്നത് ‘കക്ഷികളുടെ സമ്മേളനം’ (Conference of Parties - C O P) എന്നാണ്. 2014 ൽ പെറുവിലെ ലിമായിൽവച്ച് നടന്നത് C O P-20 ആയിരുന്നു. ഈ ഓരോ സമ്മേളനവും നടക്കുന്നത്, അതുവരെ ഐ പി സി സി റിപ്പോർട്ടിലൂടെയും മറ്റും പുറത്തുവന്നിട്ടുള്ള ശാസ്ത്രീയമായ വസ്തുതകളുടെ അടിസ്ഥാനത്തിൽ ഗുരുതരമായ ഈ പ്രശ്നത്തിന് അടിയന്തരമായി പരിഹാരമുണ്ടാക്കാനുള്ള വഴിയൊരുക്കാനാണ്. നിർഭാഗ്യവശാൽ ഈ 20 സമ്മേളനങ്ങളിലും ഫലപ്രദമായി ഒരു പരിഹാരനിർദ്ദേശവും എല്ലാ അംഗരാജ്യങ്ങളെയുംകൊണ്ട് അംഗീകരിക്കുവാനായിട്ടില്ല. മിക്കവാറും എല്ലാ സമ്മേളനങ്ങളിലും വികസിത രാജ്യങ്ങളുടെ സ്വാർത്ഥതാല്പര്യങ്ങളും അവർക്ക് മറ്റു രാജ്യങ്ങളുടെ കാര്യത്തോടുള്ള വിമുഖതയും ആണ് സമ്മേളനപരാജയങ്ങൾക്ക് വഴിയൊരുക്കുന്നത്.

1997 ൽ ജപ്പാനിലെ ക്യോട്ടോ നഗരത്തിൽവച്ചാണ് C O P-3 നടന്നത്. നേരത്തെ സൂചിപ്പിച്ച രൂപരേഖയ്ക്ക് നിയമപ്രാബല്യം ഉണ്ടാക്കി അംഗരാജ്യങ്ങളെക്കൊണ്ട് അംഗീകരിപ്പിക്കാനുള്ള ഒരു ശ്രമമായിരുന്നു അവിടെ നടന്നത്. ആ സമ്മേളനത്തിൽവച്ച് ഒരു ഉടമ്പടിക്ക് രൂപം നല്കി.

അതിൽ നിയമപരമായിത്തന്നെ ഒപ്പുവയ്ക്കുന്ന രാജ്യങ്ങൾക്ക് ബാധകമാകുന്ന വകുപ്പുകൾ ഉൾപ്പെടുത്തിയിരുന്നു. അതുപ്രകാരം ഒന്നാംപട്ടികയിൽ ഉൾപ്പെടുത്തിയിരുന്ന വികസിത രാജ്യങ്ങൾ ഈ ഉടമ്പടിയുടെ ഒന്നാംഘട്ടമായ 2008 മുതൽ 2012 വരെയുള്ള കാലത്തിനകത്ത് ഹരിതഗൃഹവാതക ഉത്സർജ്ജനം ഒരു നിശ്ചിത അളവിൽ കുറയ്ക്കാനും പരിമിതപ്പെടുത്താനും നിയമപരമായി ബാദ്ധ്യസ്ഥരാണ്. ഈ കാലയളവിൽ ഉത്സർജ്ജനം 1990 ന്റെ നിലയിൽനിന്ന് 5.2% കുറയ്ക്കാമെന്ന് O E C D യിലെ 24 രാഷ്ട്രങ്ങളും യൂറോപ്യൻ യൂണിയനിൽപ്പെട്ട മറ്റ് 4 രാഷ്ട്രങ്ങളും കിഴക്കൻ മേഖലയിലെ 11 രാഷ്ട്രങ്ങളും ഉൾപ്പെടെ 39 വ്യാവസായിക രാഷ്ട്രങ്ങൾ ക്യോട്ടോയിൽ സമ്മതിച്ചു. ക്യോട്ടോ സമ്മേളനം അംഗീകരിച്ച നടപടികളും പെരുമാറ്റ നിർദ്ദേശങ്ങളും ഉൾപ്പെടെ 'ക്യോട്ടോ പ്രോട്ടോക്കോൾ' എന്ന പേരിലാണ് അറിയപ്പെടുന്നത്.

ക്യോട്ടോ സമ്മേളനത്തിലെ പ്രഖ്യാപനം നടപ്പിൽ വരുത്തുന്നതിനുള്ള നിയമവ്യവസ്ഥകൾക്ക് അന്തിമരൂപം നല്കാനായി 2000 നവംബറിൽ ഹേഗിൽവച്ച് C O P-6 നടത്തി. എന്നാൽ അമേരിക്കയുടെ ശക്തമായ ഇടപെടൽമൂലം ആ യോഗം ഫലപ്രാപ്തിയിലെത്തിയില്ല. അമേരിക്കൻ പ്രസിഡന്റായിരുന്ന ജോർജ്ജ് ബുഷ് വളരെ വിചിത്രമായ ചില വാദഗതികൾ മുന്നോട്ടുവയ്ക്കുകയുണ്ടായി. കാലാവസ്ഥാമാറ്റം സൃഷ്ടിക്കുന്ന ശാസ്ത്രസത്യത്തെക്കുറിച്ച് തനിക്ക് വലിയ മതിപ്പില്ലെന്നും ആകയാൽ താൻ ക്യോട്ടോ പ്രഖ്യാപനം തള്ളിക്കളയുകയാണെന്നും ധാർഷ്ട്യത്തോടെ പ്രഖ്യാപിച്ചു. മാത്രവുമല്ല ഈ പ്രഖ്യാപനം അമേരിക്കയുടെ സാമ്പത്തികവളർച്ചയെ വളരെ പ്രതികൂലമായി ബാധിക്കുമെന്നും ഇന്ത്യ, ചൈന തുടങ്ങിയ ജനസംഖ്യാകേന്ദ്രിതമായ രാഷ്ട്രങ്ങളിലെ വ്യാവസായിക വളർച്ചയെയും ഹരിതഗൃഹവാതക ഉത്സർജ്ജനത്തെയും നിയന്ത്രിക്കുന്നതിന് ഈ പ്രഖ്യാപനത്തിൽ ഒന്നുംതന്നെ പറഞ്ഞിട്ടില്ലെന്നും അദ്ദേഹം പറയുകയുണ്ടായി. 2005 ഫെബ്രുവരി 16-ാംതീയതി ഉടമ്പടി ഔപചാരികമായി പ്രാബല്യത്തിൽ വന്നിട്ടും അമേരിക്ക അതംഗീകരിക്കാൻ കൂട്ടാക്കിയില്ല. അവർക്കൊപ്പം ആസ്ട്രേലിയയും ഉടമ്പടി അംഗീകരിച്ചില്ല.

എന്നാൽ ഓരോ പ്രാവശ്യവും ഐ പി സി സി റിപ്പോർട്ട് പുറത്തുവരുമ്പോൾ അതിന്റെ ഉള്ളടക്കം മനുഷ്യരാശിക്ക് മുഴുവൻ ഞെട്ടലുളവാക്കുന്നതായിരുന്നു. ഹരിതഗൃഹവാതകങ്ങളുടെ ഉല്പാദനത്തിൽ കുറവ് വരുത്താൻ രാജ്യങ്ങൾ അടിയന്തരനടപടികൾ എടുത്തില്ലെങ്കിൽ മനുഷ്യരാശി നേരിടേണ്ടിവരുന്ന അതിഭയാനകമായ അനന്തരഫലങ്ങളെക്കുറിച്ച് ഈ റിപ്പോർട്ടുകൾ ലോകത്തെ അറിയിച്ചുകൊണ്ടിരുന്നു. 2007 ൽ ഐ പി സി സി അതിന്റെ നാലാം റിപ്പോർട്ട് പ്രസിദ്ധീകരിച്ചു. അതിൽ പ്രകടമായി സൂചിപ്പിച്ചിരുന്ന ഒരു കാര്യം 1900 നു ശേഷം ഭൂമിയുടെ താപനില 0.7^{o} C വർദ്ധിച്ചതാണ്. കൂടാതെ കഴിഞ്ഞ 30 വർഷങ്ങളായി ഓരോ പത്തുവർഷത്തിലും ഭൂമിയുടെ താപനില 0.2^{o} Cവീതം വർദ്ധിച്ചുകൊണ്ടേയിരിക്കുകയാണെന്നും അതിൽ ചൂണ്ടിക്കാണിച്ചിരുന്നു.

ഇപ്പോൾ അന്തരീക്ഷത്തിൽ ശേഖരിക്കപ്പെട്ടിരിക്കുന്ന കാർബൺ ഡൈ ഓക്സൈഡിന്റെ 75-80 ശതമാനത്തിനും ഉത്തരവാദികൾ വികസിത രാജ്യങ്ങളാണ് എന്ന സത്യം എല്ലാപേർക്കും അറിവുള്ളതാണ്. പക്ഷേ, തങ്ങളുടെ ഉത്സർജ്ജനം കുറയ്ക്കാനുള്ള ആത്മാർത്ഥമായ ഒരു ശ്രമവും അവരുടെ ഭാഗത്തുനിന്നുമുണ്ടാകുന്നില്ല എന്നതാണ് മറ്റൊരു വസ്തുത. ഈയൊരു പശ്ചാത്തലത്തിലാണ് പ്രതിവർഷം നടക്കുന്ന ഒരു കൂടിയാലോചനയും ഫലപ്രാപ്തിയിലെത്താത്തത്.

ഐ പി സി സിയുടെ നാലാംറിപ്പോർട്ടിന്റെ പ്രസിദ്ധീകരണത്തിനു ശേഷം ഫലപ്രദമായ ഒരു രാജ്യാന്തര ഉടമ്പടി ഉണ്ടാക്കാനുള്ള ശ്രമം നടത്തിയത് 2009 ൽ കോപ്പൻ ഹേഗനിൽവച്ച് നടത്തിയ C O P-15 ൽ ആയിരുന്നു. ഈ കാലാവസ്ഥാ ഉച്ചകോടിയിൽവച്ച് കൂടിയാലോചനകൾ വഴി ഹരിതഗൃഹ വാതക ഉത്സർജ്ജന ന്യൂനീകരണ ലക്ഷ്യങ്ങൾ തീരുമാനിക്കപ്പെടണമെന്നായിരുന്നു ലക്ഷ്യം. ഉച്ചകോടി ആരംഭിച്ച 2009 ഡിസംബർ 7-ാം തീയതി 45 ലോകരാഷ്ട്രങ്ങളിലെ 56 ദിനപ്പത്രങ്ങൾ വളരെ അസാധാരണായ രീതിയിൽ ഒരു മാധ്യമപ്രവർത്തനം നടത്തി. മനുഷ്യന്റെ ചെയ്തികൾ മൂലമുണ്ടാകുന്ന ആഗോളതാപനവും കാലാവസ്ഥാ വ്യതിയാനവും പ്രകൃതിക്കും മനുഷ്യനുൾപ്പെടെയുള്ള സർവ്വ ജീവജാലങ്ങൾക്കും ഭീഷണിയാണെന്ന തിരിച്ചറിവിന്റെ അടിസ്ഥാനത്തിൽ, അവയെല്ലാം ഒരു പൊതു മുഖപ്രസംഗം പ്രസിദ്ധീകരിച്ചു. ഭൂമിയെ ആസന്നമായ വലിയ വിപത്തിൽനിന്നും രക്ഷിക്കാൻ ലോകരാഷ്ട്രങ്ങൾ മുന്നോട്ടുവരണമെന്ന് ആഹ്വാനം ചെയ്യുന്നതായിരുന്നു ആ മുഖപ്രസംഗം. മനുഷ്യരാശിയുടെ തേങ്ങലായിരുന്നു ആ മുഖപ്രസംഗത്തിലൂടെ പത്രങ്ങൾ പ്രകടിപ്പിച്ചത്. ലോകത്തിന്റെ ശരാശരി താപനില വർദ്ധനവ് 2° C ൽ പിടിച്ചു നിർത്താൻ എല്ലാ രാജ്യങ്ങളും ഒറ്റക്കെട്ടായി നടപടികൾ എടുക്കേണ്ടതിന്റെ ആവശ്യം അതിൽ അടിവരയിട്ടു പറഞ്ഞിരുന്നു.

എന്നാൽ ഇതൊന്നും ഉച്ചകോടിയിൽ പങ്കെടുത്ത പ്രതിനിധികളിൽ ഫലപ്രദമായ സ്വാധീനം ചെലുത്തിയതായി കണ്ടില്ല. സമ്മേളനത്തിന്റെ തുടക്കം മുതൽ യോജിപ്പിന്റെ അന്തരീക്ഷം തെളിഞ്ഞുവന്നില്ല. വികസിത രാഷ്ട്രങ്ങൾ വികസ്വര രാജ്യങ്ങളുടെമേൽ സമ്മർദ്ദം ചെലുത്തി എങ്ങനെയും തങ്ങളുടെ താല്പര്യങ്ങളെ സംരക്ഷിക്കുന്ന ഒരു രേഖ ഉണ്ടാക്കിയെടുക്കാനാണ് അവർ കരുനീക്കിയത്. അത് മനസ്സിലാക്കിക്കൊണ്ടു തന്നെ വികസ്വര രാഷ്ട്രങ്ങൾ ശക്തമായി രംഗത്തുവന്നു. എന്തായാലും എല്ലാപേർക്കും സ്വീകാര്യമായ ഒരു രേഖ സമ്മേളനത്തിൽ പിറന്നില്ല. പിന്നെ എല്ലാപേരും മുഖം രക്ഷിക്കാനുള്ള തത്രപ്പാടിലായിരുന്നു. പിന്നീട് ഒരു ഒത്തുതീർപ്പ് രേഖ ഉണ്ടാക്കി. അതും എല്ലാവരും അംഗീകരിക്കാൻ തയ്യാറായിരുന്നില്ല. ഒടുവിൽ അതിന്റെ അന്തഃസത്തയെ ഉൾക്കൊള്ളുകയും, ഒത്തുതീർപ്പുരേഖയോടൊപ്പം അതിനെ പൂർണ്ണമായി അംഗീകരിച്ച രാജ്യങ്ങളുടെ പട്ടിക അനുബന്ധമായി കൂട്ടിച്ചേർക്കുകയും ചെയ്യാമെന്ന നിർദ്ദേശം പൊതുവിൽ സ്വീകാര്യമായി. അങ്ങനെ ചുരുക്കിപ്പറഞ്ഞാൽ

കൂടിയാലോചനാപ്രക്രിയയുടെ വാതിൽ അടയാതെ നിലനിർത്തിയെന്നതു മാത്രമാണ് 'കോപ്പൻ ഹേഗൻ ഒത്തുതീർപ്പി'ന്റെ ഏകനേട്ടം. വികസിത രാജ്യങ്ങളും വികസ്വര രാജ്യങ്ങളും ഈ പ്രശ്നത്തിൽ സ്വീകരിച്ചിരിക്കുന്ന വ്യത്യസ്ത നിലപാടുകളുടെ സംഘട്ടനമാണ് കോപ്പൻഹേഗനിൽ ദർശിച്ചത്.

പിന്നെയും പ്രതിവർഷം കൂടിയാലോചനകൾ തുടർന്നുകൊണ്ടിരുന്നു. അതിൽ ഏറ്റവും കൂടുതൽ പ്രത്യാശ നല്കിയ ഒന്നായിരുന്നു 2014 ഡിസംബർ മാസത്തിൽ പെറുവിന്റെ തലസ്ഥാനമായ ലിമായിൽ നടന്ന C O P-20 സമ്മേളനം. അടുത്തവർഷം, അതായത് 2015 ഡിസംബർ മാസത്തിൽ പാരീസിൽവച്ച് നടക്കുന്ന C O P-21 ൽ അടുത്ത 30 വർഷത്തേക്ക് ലോക കാലാവസ്ഥയുമായി ബന്ധപ്പെട്ട പ്രശ്നങ്ങൾ നിയന്ത്രിച്ചു നിർത്തുന്നതിനാവശ്യമായ ഒരു രാഷ്ട്രാന്തര ഉടമ്പടി 196 അംഗരാജ്യങ്ങളും ഒപ്പിടാൻ പാകത്തിൽ രൂപപ്പെടുത്തുക എന്നതായിരുന്നു ഈ സമ്മേളനത്തിന്റെ മുഖ്യ ദൗത്യം. ക്യോട്ടോ പ്രഖ്യാപനത്തിനുശേഷം ഫലപ്രദമായ ഒരു ഉടമ്പടിയുണ്ടാക്കാനുള്ള ശ്രമം നടത്തിയ കോപ്പൻ ഹേഗൻ സമ്മേളനവും പരാജയപ്പെട്ട പശ്ചാത്തലത്തിലാണ് ലിമാ സമ്മേളനത്തിന്റെ വിജയത്തെ പ്രതീക്ഷയോടെ ലോകജനത കാത്തിരുന്നത്. മാത്രവുമല്ല, ഈ സമ്മേളനം നടക്കുന്നതിന് മുൻപ് നടന്ന ചില നടപടികളും പ്രസ്താവനകളും വാഗ്ദാനങ്ങളുമൊക്കെ വളരെ പ്രോത്സാഹജനകമായിരുന്നു എന്നും ചൂണ്ടിക്കാണിക്കപ്പെടുന്നു.

ഈ സമ്മേളനം നടക്കുന്നതിന് മുൻപായി ഐ പി സി സിയുടെ അഞ്ചാം റിപ്പോർട്ട് പുറത്തുവന്നു. മനുഷ്യന്റെ ചെയ്തിയുടെ ഫലമായിത്തന്നെ ആഗോളതാപനില ഉയരുന്നതായും കാലാവസ്ഥയിൽ വലിയ മാറ്റം ഉണ്ടാകുന്നതായും റിപ്പോർട്ട് ചൂണ്ടിക്കാട്ടുന്നു. മനുഷ്യനിർമ്മിത ഹരിതഗൃഹ വാതകങ്ങളായ കാർബൺ ഡൈ ഓക്സൈഡ്, മീഥേയ്ൻ, നൈട്രസ് ഓക്സൈഡ് എന്നിവയുടെ വർദ്ധന 2000–2010 ൽ ചരിത്രത്തിലെ ഏറ്റവും ഉയർന്ന നിരക്കിൽ എത്തിയെന്നും എട്ടുലക്ഷം വർഷത്തിലെ ഏറ്റവും ഉയർന്ന നിരക്ക് രേഖപ്പെടുത്തിയെന്നും അതിൽ സൂചിപ്പിക്കുന്നു. ഹരിതഗൃഹ വാതകങ്ങളുടെ ബഹിർഗമനത്തിൽ ഉണ്ടായിട്ടുള്ള കുത്തനെയുള്ള വർദ്ധന പ്രകൃതിയിലും മനുഷ്യനിലും ദൂരവ്യാപകമായ പ്രത്യാഘാതങ്ങൾ ഉണ്ടാക്കുമെന്നും അതിൽ ചൂണ്ടിക്കാണിച്ചിരുന്നു. സമുദ്രവും കരയും ചേർന്ന ഉപരിതല താപനില 1880 നും 2012 നും ഇടയിൽ ശരാശരി 0.85^{o} C വർദ്ധിച്ചിരുന്നു. 1750–2011 കാലത്ത് അന്തരീക്ഷത്തിലേക്ക് മനുഷ്യ ഇടപെടലിനെത്തുടർന്നുള്ള കാർബൺ ഡൈ ഓക്സൈഡിന്റെ പുറന്തള്ളൽ 2040 ± 350 ജിഗാടണ്ണാണെന്ന് ഒരു പഠനം ചൂണ്ടിക്കാട്ടുന്നു. (1 ജിഗാടൺ = നൂറുകോടി ടൺ). ഇതിൽ പകുതിയും ഉണ്ടായിരിക്കുന്നത് അവസാനത്തെ 40 വർഷത്തിലാണ്. അതായത് 1970 നും 2010 നും ഇടയിൽ. ഫോസിൽ ഇന്ധനങ്ങളിൽനിന്നും വ്യാവസായിക ഉല്പാദന പ്രക്രിയയിൽനിന്നും ഉള്ള കാർബൺ ബഹിർഗമനമാണ്

ഈ കാലയളവിലെ ഹരിതഗൃഹവാതകങ്ങളുടെ 80 ശതമാനവും എന്നും റിപ്പോർട്ടിൽ പറയുന്നു.

1950 മുതലുള്ള കാലാവസ്ഥാമാറ്റത്തിന്റെ സൂചനകൾ റിപ്പോർട്ടിൽ അടിവരയിട്ടു പറയുന്നു. തണുപ്പുള്ള പകലിന്റെയും രാത്രിയുടെയും എണ്ണം കുറയുകയും ചൂടുള്ള രാപ്പകലുകൾ കൂടുകയും ചെയ്തു. യൂറോപ്പിലും ഏഷ്യയിലും ആസ്ട്രേലിയയിലും ചൂടുള്ള കാറ്റ് സ്ഥിരം പ്രതിഭാസമാകുന്നു. ഹരിതഗൃഹവാതകങ്ങളുടെ പുറംതള്ളൽ 2010-2050 കാലയളവിൽ 40 ശതമാനം കുറച്ചാലേ ആഗോളതാപനിലയിലെ വർദ്ധനവ് 2° C ൽ താഴെയാക്കാൻ കഴിയൂ എന്നും അങ്ങനെ ചെയ്താലേ 2100 ൽ താപനിലവർദ്ധന പൂജ്യത്തിലേക്കു പിടിച്ചുനിർത്താനാവൂ എന്നും റിപ്പോർട്ട് മുന്നറിയിപ്പു നല്കുന്നുണ്ട്. സേവനങ്ങളുടെയും ഉല്പന്നങ്ങളുടെയും ഉപയോഗം 0.06% പ്രതിവർഷം കുറച്ചു കൊണ്ടുവന്നാൽ താപനില നിയന്ത്രിക്കാൻ കഴിയുമെന്നും അതിൽ പറയുന്നു. 19-ാംനൂറ്റാണ്ടിൽ പുറത്തേക്കുവന്ന വർദ്ധിച്ച ഹരിതഗൃഹവാതകങ്ങളുടെ അളവു പരിശോധിക്കുമ്പോൾ ഇതിനകം 1900 ജിഗാടൺ കാർബൺ ഡൈ ഓക്സൈഡും 1000 ജിഗാടൺ മറ്റിനം വാതകങ്ങളും അന്തരീക്ഷത്തിലെത്തിക്കഴിഞ്ഞു എന്നാണ് കാണുന്നത്. ഇനി ഒരു 1000 ജിഗാടൺ കാർബൺ ഡൈ ഓക്സൈഡുകൂടെ അന്തരീക്ഷത്തിലേക്കെത്തിയാൽ വ്യാവസായികയുഗത്തിന് മുമ്പുണ്ടായിരുന്നതിനെക്കാൾ ശരാശരി 2° C ലും കൂടുതൽ ചൂട് വർദ്ധിക്കാൻ ഇടയുണ്ട്. ഇത് സർവ്വനാശത്തിലേക്ക് നയിക്കും. 2100 ൽ വിശപ്പ്, വരൾച്ച, വെള്ളപ്പൊക്കം, കടലാക്രമണം തുടങ്ങിയ പ്രതിഭാസങ്ങൾകൊണ്ട് രാഷ്ട്രങ്ങൾ പരസ്പരം പ്രകൃതിവിഭവങ്ങൾക്കുവേണ്ടി യുദ്ധത്തിലേർപ്പെടേണ്ടിവരുന്ന ഒരു ചിത്രമാണ് നമുക്ക് മുന്നിലുള്ളത്. എന്തായാലും ഈ റിപ്പോർട്ടിലൂടെ പുറത്തുവന്ന വസ്തുതകൾ മിക്ക രാഷ്ട്രങ്ങളെയും പുനർചിന്തയ്ക്ക് ഒരുപരിധിവരെ പ്രേരിപ്പിച്ചു.

ഈ ഒരു പശ്ചാത്തലത്തിലാണ് യു എൻ സെക്രട്ടറി ജനറൽ ബാൻ കി മൂൺ 2014 സെപ്തംബർ മാസത്തിൽ ന്യൂയോർക്കിൽവച്ച് ഒരു ഉന്നത തലസമ്മേളനം വിളിച്ചുകൂട്ടിയത്. അവിടെവച്ച് ലോകനേതാക്കൾ ഈ അപകടത്തിനെതിരെ പോരാടാൻ പ്രതിജ്ഞ പുതുക്കി. ലോകത്തിലെ ഏറ്റവും വലിയ കാർബൺ ഉത്സർജ്ജിത രാജ്യങ്ങളായ യു എസ് എ, ചൈന എന്നിവരും യൂറോപ്യൻ യൂണിയനുമൊക്കെ പുതിയ വാഗ്ദാനങ്ങളുമായി പ്രഖ്യാപനങ്ങൾ നടത്തി. മാത്രവുമല്ല ഹരിതഗൃഹവാതകങ്ങൾ പുറത്തുവിടുന്നത് കുറയ്ക്കുന്നതിനുള്ള ഒരു ഉടമ്പടിയിൽ യു എസ് പ്രസിഡന്റ് ബരാക്ക് ഒബാമയും ചൈനീസ് പ്രസിഡന്റ് ഷി ചിൻപിങ്ങും ഒപ്പുവയ്ക്കുകയുണ്ടായി.

സാമ്പത്തികശേഷി കുറഞ്ഞ രാജ്യങ്ങളെ ആഗോളതാപനത്തിന്റെ കെടുതികളെ നേരിടാൻ തയ്യാറാക്കുന്നതിന് ലക്ഷ്യം വച്ചുകൊണ്ട് പ്രവർത്തിക്കുന്ന ഒരു പ്രസ്ഥാനമാണ് ഗ്രീൻ ക്ലൈമെറ്റ് ഫണ്ട് (Green Climate Fund - G C F). ആഫ്രിക്കയിലെ ദരിദ്രരാഷ്ട്രങ്ങളെയും ചെറിയ

ദ്വീപസമൂഹങ്ങളെയും ഒക്കെ കാർബൺ ഡൈ ഓക്സൈഡിന്റെ ഉത്സർജ്ജനം കുറയ്ക്കുന്നതിനും കാലാവസ്ഥാവ്യതിയാനത്തെ നേരിടുന്നതിനും സഹായിക്കുക എന്നതാണ് ഇത് മുഖ്യമായി ചെയ്യുന്നത്. യു എസ് എ, ജപ്പാൻ, ജർമ്മനി, ഫ്രാൻസ് എന്നീ രാജ്യങ്ങൾ ഉൾപ്പെടെ 21 രാജ്യങ്ങൾ ഈ ഫണ്ടിലേക്ക് 9.3 ദശലക്ഷം ഡോളർ സംഭാവന ചെയ്യാൻ തയ്യാറാണെന്നു പ്രഖ്യാപിച്ചു. ഇത്തരത്തിൽ പ്രോത്സാഹജനകമായ പല ഘടകങ്ങളുടെയും പശ്ചാത്തലത്തിലാണ് ലിമാസമ്മേളനത്തിന്റെ വിജയത്തിൽ ലോകജനതയ്ക്ക് വളരെ പ്രതീക്ഷ ജനിച്ചത്.

എന്നാൽ എല്ലാ ശുഭപ്രതീക്ഷകളെയും തകിടംമറിച്ചുകൊണ്ടാണ് സമ്മേളനം പുരോഗമിച്ചത്. വികസിത രാജ്യങ്ങളുടെയും വികസ്വര രാജ്യങ്ങളുടെയും താല്പര്യങ്ങൾ തമ്മിൽ ശക്തമായി ഏറ്റുമുട്ടുന്നതാണ് കണ്ടത്. മനുഷ്യരാശിക്കു മുന്നിൽ എത്തിനില്ക്കുന്ന ഏറ്റവും അപകടകരമായ സ്ഥിതിവിശേഷത്തിന് പരിഹാരം ഉണ്ടാക്കുന്നതിനുവേണ്ടി എന്തെങ്കിലും ഉറച്ച ഒരു വാഗ്ദാനവും നല്കാതെ വികസ്വര രാജ്യങ്ങളുടെ ഉത്തരവാദിത്വത്തെപ്പറ്റി ഓർമ്മിപ്പിക്കാനായിരുന്നു വികസിത രാജ്യപ്രതിനിധികളുടെ താല്പര്യം. യു എസ് സ്റ്റേറ്റ് സെക്രട്ടറി ജോൺ കെറി ഒരു പ്രഭാഷണത്തിൽ പറഞ്ഞത് ഇങ്ങനെയാണ്, ഇന്ന് ലോകത്തിൽ വന്നുകൊണ്ടിരിക്കുന്ന വാതക ഉത്സർജ്ജനത്തിന്റെ പകുതിയിലധികവും വരുന്നത് വികസ്വര രാജ്യങ്ങളിൽ നിന്നാണ്. അതിനാൽ ഈ പ്രശ്നത്തിൽ അവരുടെ ഉത്തരവാദിത്വവും വളരെ വലുതാണ്. അങ്ങനെ ചർച്ചയിലുടനീളം തങ്ങളുടെ ഉത്തരവാദിത്വത്തിൽനിന്നും ഒഴിഞ്ഞുമാറാനും കൂടുതൽ ഉത്തരവാദിത്വങ്ങൾ വികസ്വര രാജ്യങ്ങളുടെ മേൽ കെട്ടിവയ്ക്കാനും ആണ് വികസിതരാജ്യങ്ങൾ എല്ലാം ശ്രമിച്ചുകൊണ്ടിരുന്നത്. ഒടുവിൽ എല്ലാവരും അംഗീകരിക്കുന്ന ഒരു രേഖ തയ്യാറാക്കാൻ സാധിക്കാത്ത സാഹചര്യത്തിലേക്കാണ് സമ്മേളനം നീങ്ങിയത്. ഹരിതഗൃഹവാതകങ്ങളുടെ ഉത്സർജ്ജനത്തിന്റെ അളവ് കുറയ്ക്കാനുള്ള ഉത്തരവാദിത്വം സമ്പന്നരാജ്യങ്ങൾക്കും ദരിദ്രരാജ്യങ്ങൾക്കുമിടയിൽ എങ്ങനെ വിഭജിച്ചു നല്കണമെന്നതിനെച്ചൊല്ലിത്തന്നെയായിരുന്നു തർക്കം. സമ്മേളനത്തിന്റെ മുമ്പാകെ പല പല കരടുരേഖകൾ അവതരിപ്പിക്കപ്പെട്ടു. ഒന്നും അംഗീകരിക്കപ്പെട്ടില്ല. ഒടുവിൽ പ്രശ്നപരിഹാരത്തിനുവേണ്ടിയുള്ള ശ്രമങ്ങൾ മുടങ്ങാതിരിക്കാൻ സഹായിക്കുന്ന തരത്തിൽ *കാലാവസ്ഥാ നടപടിക്കുള്ള ലിമാ പ്രഖ്യാപനം* എന്ന പേരിൽ ഒരു രേഖ പുറത്തിറക്കി. 2015 ൽ പ്രത്യാശാഭരിതമായ ഒരു ഉടമ്പടിക്ക് രൂപംകൊടുക്കണമെന്നുള്ള കാര്യത്തിലും അതിൽ ഓരോ രാജ്യത്തിന്റെയും കഴിവിനനുസരിച്ച് 'പൊതുവായതും എന്നാൽ വ്യതിരിക്തമായതുമായ ഉത്തരവാദിത്വങ്ങൾ' (Common but differentiated responsibilities) നല്കണമെന്ന കാര്യത്തിലും ധാരണയായി. എല്ലാ രാജ്യങ്ങളും 2015 ഒക്ടോബറിന് മുൻപ് അവരവരുടെ കഴിവിനനുസരിച്ച് നല്കാൻ കഴിയുന്ന വാഗ്ദാനങ്ങൾ നല്കുകയും U N F C C C അതു മുഴുവൻ സമാഹരിച്ച് ഒരു പുതിയ രൂപരേഖ ഉണ്ടാക്കു

കയും അത് 2015 ഡിസംബറിൽ ചേരുന്ന പാരീസ് സമ്മേളനത്തിൽ രൂപപ്പെടുത്തേണ്ട ഉടമ്പടിയുടെ അടിസ്ഥാനരേഖയാക്കുകയും ചെയ്യാമെന്നതിലും തീരുമാനമായി. വികസ്വര രാജ്യങ്ങൾക്ക് ഈ പ്രശ്നത്തിൽ ആവശ്യമായ ധനസഹായം നല്കണമെന്ന് വികസിത രാജ്യങ്ങളോട് ലിമാ പ്രഖ്യാപനം ആവശ്യപ്പെടുകയും ചെയ്യുന്നുണ്ട്. അങ്ങനെ വീണ്ടും മാനവരാശി ഒരു മഹാവിപത്തിൽനിന്ന് രക്ഷപ്പെടാനുള്ള മാർഗ്ഗങ്ങൾ തേടിക്കൊണ്ട് 2015 ഡിസംബർ വരെ കാത്തിരിക്കണം. അന്നും അന്തിമമായ ഒരു പരിഹാരമുണ്ടാവുമെന്ന് ആർക്കും പ്രതീക്ഷയില്ല. നിരന്തരമായ വാഗ്ദാനങ്ങൾ നല്കിക്കൊണ്ടോ, തങ്ങളുടെ ഉത്തരവാദിത്വത്തെപ്പറ്റി പറയാതെ മറ്റുള്ളവർക്ക് ഉത്തരവാദിത്വങ്ങൾ നല്കുന്നതിനെപ്പറ്റി വാഗ്വാദം നടത്തിയതുകൊണ്ടോ പ്രശ്നത്തിന് ഒരു പരിഹാരവും ഉണ്ടാകില്ല. എന്നാൽ ഈ തന്ത്രമാണ് യു എസ് എ ഉൾപ്പെടെയുള്ള വികസിതരാജ്യങ്ങൾ കഴിഞ്ഞ 22 വർഷങ്ങളായി നടത്തിക്കൊണ്ടിരിക്കുന്നത്. ഫലമോ ഭൂമി തിളച്ചുകൊണ്ടേയിരിക്കുന്നു; മനുഷ്യരാശി ഒരു മഹാദുരന്തത്തിനടുത്തേക്കു നീങ്ങിക്കൊണ്ടുമിരിക്കുന്നു. ഈ നിലയിൽ ഇതെത്ര കാലം മുന്നോട്ടു പോകുമെന്ന് പ്രവചിക്കാൻ കഴിയില്ല.

അനുബന്ധം 1

ചർച്ചാവേദികൾ

വർഷം	ക്രമനമ്പർ	സ്ഥലം
1995	COP-1	ബർലിൻ, ജർമ്മനി
1996	COP-2	ജനീവ, സ്വിറ്റ്സർലന്റ്
1997	COP-3	ക്യോട്ടോ, ജപ്പാൻ
1998	COP-4	ബ്യൂണസ് അയേർസ്, അർജന്റീന
1999	COP-5	ബോൺ, ജർമ്മനി
2000	COP-6	ഹേഗ്
2001	COP-7	മരക്കേഷ്, മൊറാക്കോ
2002	COP-8	ന്യൂഡൽഹി, ഇന്ത്യ
2003	COP-9	മിലാൻ, ഇറ്റലി
2004	COP-10	ബ്യൂണസ് അയേർസ്, അർജന്റീന
2005	COP-11	മോൺട്രീൽ, കാനഡ
2006	COP-12	നെയ്റോബി, കെനിയ
2007	COP-13	ബാലി, ഇന്തോനേഷ്യ
2008	COP-14	പോസാൻ, പോളണ്ട്
2009	COP-15	കോപ്പൻ ഹേഗൻ, ഡെന്മാർക്ക്
2010	COP-16	കാൻകൻ, മെക്സിക്കോ
2011	COP-17	ഡർബൻ
2012	COP-18	ദോഹ, ഖത്തർ
2013	COP-19	പോളണ്ട്
2014	COP-20	ലിമ, പെറു
2015	COP-21	പാരീസ്, ഫ്രാൻസ്.

അനുബന്ധം 2

1972 ലെ സ്റ്റോക്ഹോം കോൺഫറൻസിന്റെ തത്ത്വപ്രസ്താവന

1. സ്വാതന്ത്ര്യം, സമത്വം, മാന്യമായും സുഖമായും ജീവിക്കാനാവശ്യമായ സാഹചര്യങ്ങൾ ഇതെല്ലാം മനുഷ്യന്റെ മൗലികാവകാശങ്ങളാണ്. ഇന്നത്തെയും നാളത്തെയും തലമുറയ്ക്കുവേണ്ടി പ്രകൃതിയെ പരിരക്ഷിക്കാനും നന്നാക്കാനുമുള്ള മഹത്തായ ചുമതലയും അവനിൽ അർപ്പിതമാണ്. വർഗ്ഗീയ വിഭജനം, വിവേചനം, കൊളോണിയലിസം തുടങ്ങിയ അടിമത്ത-വിദേശാധിപത്യകാര്യങ്ങളെ പ്രോത്സാഹിപ്പിക്കുകയോ നിലനിർത്തുകയോ ചെയ്യുന്നത് അവഹേളനപരമാണ്, ഉടനടി അവസാനിപ്പിക്കേണ്ടതാണ്.
2. വായു, ജലം, മണ്ണ്, സസ്യ-ജന്തുജാലങ്ങൾ എന്നിവ ഉൾപ്പെടുന്ന പ്രകൃതിയെ പൊതുവായും തെരഞ്ഞെടുക്കപ്പെട്ട ഇക്കോവ്യൂഹങ്ങളെ പ്രത്യേകിച്ചും ഉചിതമായും ആസൂത്രണവിധേയമായും സംരക്ഷിക്കേണ്ടതാണ്. ഇങ്ങനെ ചെയ്യേണ്ടത് ഇന്നത്തേയും നാളത്തേയും തലമുറയ്ക്ക് പ്രയോജനമാകാൻ വേണ്ടിയാണ്.
3. ഏറ്റവും അത്യാവശ്യമായതും പുതുവല്കരണം സാധിക്കുന്നതുമായ വിഭവങ്ങളെ ഉല്പാദിപ്പിക്കാനുള്ള ഭൂമിയുടെ കഴിവ് നിലനിർത്തണം. എന്നുമാത്രമല്ല, കഴിയുന്നിടത്തോളം അത് ഉത്തേജിപ്പിക്കാനും വർദ്ധിപ്പിക്കാനും സഹായിക്കണം.
4. ഉപദ്രവകരങ്ങളായ നിരവധി ഘടകങ്ങളുടെ സംയോജിത പ്രവർത്തനംകൊണ്ട് ഗുരുതരമായ നാശഭീഷണിയെ നേരിട്ടുകൊണ്ടിരിക്കുന്ന വന്യജീവി പൈതൃകത്തെയും അവയുടെ ആവാസങ്ങളെയും സംരക്ഷിക്കാനും വിവേകപൂർവ്വം പരിപാലിക്കാനും മനുഷ്യന് പ്രത്യേകമായ ചുമതലയുണ്ട്. ആകയാൽ സാമ്പത്തിക വികസനത്തിനായുള്ള ആസൂത്രണത്തിൽ തന്നെ വന്യജീവി പരിരക്ഷയ്ക്ക് സ്ഥാനം നല്കേണ്ടിയിരിക്കുന്നു.

5. ഭൂമിയിലെ പുതുവല്ക്കരിക്കപ്പെടുന്ന വിഭവങ്ങളുടെ ഉപയോഗം, അവ അടുത്ത ഭാവിയിൽ തീർന്നുപോയേക്കും എന്ന അപകടത്തെ മുന്നിൽ കണ്ടുകൊണ്ടുവേണം. അവ ഉപയോഗപ്പെടുത്തുന്നതോ മാനവരാശിക്ക് മുഴുവനും ഉപകരിക്കത്തക്കവിധത്തിലാകണം.
6. പ്രകൃതിക്ക് താങ്ങാവുന്നതിലും കൂടുതൽ അഥവാ പ്രകൃതിക്ക് സ്വയം ശുദ്ധമാക്കാൻ കഴിയുന്നതിലും കൂടുതൽ വിഷപദാർത്ഥങ്ങൾ അന്തരീക്ഷത്തിലേക്ക് വിടുന്നതും അത്യുഷ്ണം വമിപ്പിക്കുന്നതും തടയേണ്ടതാകുന്നു. ഇക്കോ വ്യൂഹങ്ങൾക്ക് ഗുരുതരമോ അപരിഹാര്യമോ ആയ പരിക്കുകൾ ഏല്പിക്കുന്നത് അങ്ങനെ നിയന്ത്രിക്കണം. എല്ലാ രാജ്യത്തെയും പരിസരമലിനീകരണത്തിനെതിരായ ജനകീയ സമരങ്ങൾക്ക് പിന്തുണ നല്കണം.
7. ജൈവവിഭവങ്ങളെയും സമുദ്രജീവികളെയും താറുമാറാക്കുന്ന വിധത്തിലോ കടലിന്റെ സാധാരണ ഉപയോഗത്തെയോ ഉപയോഗസാദ്ധ്യതകളെയോ വിഘ്നപ്പെടുത്തുന്ന രീതിയിലോ മനുഷ്യാരോഗ്യത്തിന് ഹാനികരമായ പദാർത്ഥങ്ങൾ ഇട്ട് കടലിനെ മലിനപ്പെടുത്തുന്നത് തടയാൻ എല്ലാ രാജ്യങ്ങളും നടപടിയെടുക്കണം.
8. മനുഷ്യന് പ്രവൃത്തിയെടുക്കാനും ജീവിക്കാനും സഹായകമായ ഒരു ചുറ്റുപാടും അവന്റെ ജീവിതനിലവാരം ഉയർത്താനുള്ള സാഹചര്യങ്ങളും സൃഷ്ടിക്കാൻ സാമ്പത്തിക-സാമൂഹ്യ വികസനം അത്യാവശ്യമാണ്.

9. വേണ്ടത്ര വികസനമില്ലായ്മയും പ്രകൃതികോപം മൂലമുണ്ടായ സ്ഥിതിവിശേഷങ്ങളും ഗുരുതരമായ പ്രശ്നങ്ങൾ സൃഷ്ടിക്കുന്നുണ്ട്. ഇത് പരിഹരിക്കപ്പെടാവുന്ന കാര്യമാണ്. വികസ്വര രാജ്യങ്ങളുടെ സംരംഭങ്ങളെ സഹായിക്കാൻ കാര്യമായ സംഭാവന തക്കസമയത്ത് നല്കി പരിഹാര ശ്രമങ്ങളെ ഊർജ്ജിതപ്പെടുത്തണം.
10. വികസ്വരരാജ്യങ്ങളെ സംബന്ധിച്ചിടത്തോളം വിലസ്ഥിരത ഉറപ്പു വരുത്തുകയും അവശ്യസാധനങ്ങളും അസംസ്കൃത വിഭവങ്ങളും വാങ്ങാൻ വേണ്ട ധനശേഷി ഉണ്ടാക്കുകയുമാണ് പരിസ്ഥിതി പരിപാലനത്തിന്റെ അടിത്തറ. എന്തെന്നാൽ പരിസര സംരക്ഷണത്തിൽ സാമ്പത്തിക ഘടകങ്ങളും പാരിസ്ഥിതീയ വ്യവഹാരങ്ങളും കണക്കിലെടുക്കേണ്ടതുണ്ടല്ലോ.
11. വികസ്വര രാഷ്ട്രങ്ങളിലെ ഇന്നത്തെയും നാളത്തെയും വികസന സാദ്ധ്യതകളെ വർദ്ധിപ്പിക്കാനല്ലാതെ കുറയ്ക്കാൻ ദേശീയവും അന്തർദ്ദേശീയവുമായ പരിസരനയം തുനിയരുത്. പൊതുവെ എല്ലാവരുടെയും ജീവിതനിലവാരം ഉയർത്താനുള്ള ശ്രമങ്ങളെ അത് വിഘ്നപ്പെടുത്തരുത്. പാരിസ്ഥിതീയ നടപടികൾ കൈക്കൊള്ളാനുള്ളതുകൊണ്ട് ഉണ്ടാകാനിടയുള്ള സാമ്പത്തികനഷ്ടം പരിഹരിക്കുന്നതിനുതകുന്ന തീരുമാനങ്ങളിൽ ഒത്തുതീർപ്പിലെത്താൻ രാഷ്ട്രങ്ങളും അന്താരാഷ്ട്ര സംഘടനകളും നടപടികൾ സ്വീകരിക്കണം.
12. വികസ്വര രാഷ്ട്രങ്ങളുടെ പ്രത്യേക സാഹചര്യങ്ങളെയും ആവശ്യങ്ങളെയും കണക്കിലെടുത്തുകൊണ്ട് പരിസര പോഷണത്തിനും സംരക്ഷണത്തിനും വേണ്ട വിഭവങ്ങൾ ലഭ്യമാക്കണം. പരിസര സംരക്ഷണമാർഗ്ഗങ്ങളും മുൻകരുതലുകളും വികസന പദ്ധതികളിൽ അവർ ഉൾക്കൊള്ളിക്കുന്നതുകൊണ്ട് ഉണ്ടാകാനിടയുള്ള അധിക ച്ചെലവ് വഹിക്കാനും അവർ ആവശ്യപ്പെടുന്നപക്ഷം അന്തർദ്ദേശീയ സാങ്കേതിക-സാമ്പത്തിക സഹായം എത്തിക്കാനും തയ്യാറാകേണ്ടതാണ്.
13. മനുഷ്യന്റെ നന്മയ്ക്കായി തന്നെ ചുറ്റുപാടിനെ പോഷിപ്പിക്കേണ്ട ആവശ്യം വികസനത്തിന്റെ ആവശ്യവുമായി ഒത്തുപോകുമെന്ന് ഉറപ്പുവരുത്തുവാനും കൂടുതൽ യുക്തിപൂർവ്വകമായ വിഭവ പരിപാലനം നടത്തുകവഴി പരിസരപോഷണം സാദ്ധ്യമാക്കുവാനും രാജ്യങ്ങൾ അവയുടെ വികസനാസൂത്രണത്തിന് ഒരു സംയോജിത സംയുക്ത സമീപനം ഉണ്ടാക്കിയേ മതിയാവൂ.
14. വികസനത്തിന്റെ ആവശ്യവും പരിസര പോഷണ സംരക്ഷണാവശ്യവും തമ്മിൽ രഞ്ജിപ്പിലെത്തിക്കാനുതകുന്ന ഒന്നാംതരം ആയുധമാണ് ശാസ്ത്രീയമായ ആസൂത്രണം.
15. നഗരവല്കരണവും പാർപ്പിട കേന്ദ്രനിർമ്മാണവും മറ്റും നടത്തുമ്പോൾ പരമാവധി എല്ലാവർക്കും ലഭിക്കുന്ന തരത്തിൽ ആസൂ

ത്രണം ചെയ്യണം. എന്നാൽ കൊളോണിയലിസമോ വർഗ്ഗീയ മേധാവിത്തമോ ഉദ്ദേശിച്ചുള്ളതാണ് പദ്ധതികളെങ്കിൽ അവയെ നിരോധിക്കേണ്ടതാകുന്നു.

16. ജനസംഖ്യാവർദ്ധനവോ, അത്യധികമായ ജനസാന്ദ്രതയോ അല്ലെങ്കിൽ ചിലപ്പോൾ വളരെക്കുറഞ്ഞ ജനസാന്ദ്രതയോ മനുഷ്യ പരിസര പോഷണത്തെയോ വികസനത്തെയോ പ്രതികൂലമായി ബാധിക്കും എന്നു കണ്ടാൽ ബന്ധപ്പെട്ട ഗവണ്മെന്റുകൾ അംഗീകരിക്കുന്ന എന്നാൽ മൗലികമായ അവകാശങ്ങളെ നിഷേധിക്കാത്ത ജനസംഖ്യാനയങ്ങൾ നടപ്പാക്കണം.

17. പരിസരാരോഗ്യം നന്നാക്കാനുതകുന്ന തരത്തിൽ പരിസരവിഭവങ്ങളെ നിയന്ത്രിക്കുകയോ പരിപാലിക്കുകയോ ചെയ്യാൻ വേണ്ട ആസൂത്രണത്തിന് ദേശീയസ്ഥാപനങ്ങൾ ഉണ്ടാക്കണം.

18. ശാസ്ത്ര സാങ്കേതിക വിദ്യകൾ, സാമൂഹ്യ-സാമ്പത്തിക വികസനരംഗത്ത് അവയുടെ സംഭാവനയുടെ ഭാഗമെന്ന നിലയ്ക്ക് പരിസര അപകടങ്ങൾ ഇല്ലായ്മ ചെയ്യാനും നിയന്ത്രിക്കാനും പരിസരപ്രശ്നങ്ങൾ കണ്ടറിഞ്ഞ് പരിഹാരമാർഗ്ഗങ്ങൾ നിർദ്ദേശിക്കാനും ഉപയോഗപ്പെടുത്തണം.

19. വ്യക്തികളുടേയും പ്രസ്ഥാനങ്ങളുടേയും സമൂഹത്തിന്റേയും ചുമതലാബോധത്തോടെയുള്ള പെരുമാറ്റത്തിനും സുചിന്തിതമായ അഭിപ്രായങ്ങൾക്കും അടിസ്ഥാനവ്യാപ്തി വർദ്ധിപ്പിക്കാനും മനുഷ്യനന്മയെ ലാക്കാക്കി പരിസരത്തെ പോഷിപ്പിക്കാനും പരമാവധി സംരക്ഷിക്കാനും യുവാക്കൾക്കും മുതിർന്നവർക്കും പരിസര വിദ്യാഭ്യാസം നല്കേണ്ടത് അത്യാവശ്യമാകുന്നു. അവശവിഭാഗങ്ങൾക്ക് ഇക്കാര്യത്തിൽ മുൻഗണന നല്കണം. പരിസരശോഷണത്തിൽനിന്ന് പൊതുജന മാദ്ധ്യമങ്ങൾ മാറിനില്ക്കുകയാണ് നല്ലത്. മറിച്ച് മനുഷ്യന്റെ സർവ്വതോമുഖമായ വികാസത്തിന് ഉതകുന്ന രീതിയിൽ പരിസരത്തെ സംരക്ഷിക്കാനും ആവിഷ്കരിക്കാനും ഉള്ള ആവശ്യകതയെ മുൻനിർത്തി ബഹുജനങ്ങളെ ബോധവല്കരിക്കാൻ ഈ മാദ്ധ്യമങ്ങൾക്ക് ശ്രദ്ധിക്കാം. പരിസര പ്രശ്നങ്ങളെ സംബന്ധിച്ച ശാസ്ത്രീയ ഗവേഷണവും വികസനവും എല്ലാ രാജ്യത്തും പ്രത്യേകിച്ച് വികസ്വര രാജ്യങ്ങളിൽ നടത്താൻ, വികസിത രാഷ്ട്രങ്ങൾ ഒറ്റയ്ക്കൊറ്റയ്ക്കോ കൂട്ടായോ പ്രോത്സാഹിപ്പിക്കേണ്ടതാണ്. പരിസര പ്രശ്നനിവാരണത്തിന് സഹായകമാവുന്ന ഏറ്റവും പുതിയ ശാസ്ത്രവിജ്ഞാനവും അനുഭവപാഠങ്ങളും ഉടനുടൻ എത്തിക്കേണ്ടതാണ്. വികസ്വര രാജ്യങ്ങൾക്ക് സാമ്പത്തിക ബാദ്ധ്യത ഇല്ലാത്ത തരത്തിൽ പരിസര ടെക്നോളജി ലഭ്യമാക്കണം.

21. ഐക്യരാഷ്ട്ര ചാർട്ടറും അന്തർദ്ദേശീയ നിയമതത്ത്വങ്ങളും അനുസരിച്ച് ഓരോ രാജ്യത്തിനും അതിന്റെ പരിസരനിയമമനുസരിച്ച് സ്വന്തം വിഭവങ്ങൾ ചൂഷണം ചെയ്യാനുള്ള മൗലികാവകാശമുണ്ടെ

ങ്കിലും അതാതിന്റെ നിയമാനുസൃതമായ അതിർത്തിക്കകത്തോ നിയന്ത്രണ മേഖലകളിലോ നടത്തുന്ന ഏതു പ്രവർത്തനവും അതിർത്തിക്കു പുറത്തോ അയൽരാജ്യങ്ങളിലോ പരിസരമലിനീകരണം ഉണ്ടാക്കാവുന്നതല്ല.

22. ഏതെങ്കിലും രാജ്യം അതിന്റെ അധികാരപരിധിക്കുള്ളിലോ നിയന്ത്രിത മേഖലയിലോ മാത്രം ഒതുങ്ങി നില്ക്കുന്ന പ്രവർത്തനം നടത്തുകവഴി പുറത്തുള്ള ഏതെങ്കിലും സ്ഥലത്തോ രാജ്യത്തോ പരിസരമലിനീകരണമോ മറ്റേതെങ്കിലും തരത്തിലുള്ള പരിസര അപകടമോ ഉണ്ടായാൽ അതിൽനിന്നുണ്ടാകുന്ന ബാദ്ധ്യതകളെയോ കൊടുത്തു തീർക്കേണ്ട പ്രതിഫലത്തേയോ പറ്റിയുള്ള അന്തർദ്ദേശീയ നിയമനിർമ്മാണത്തിൽ എല്ലാ രാജ്യങ്ങളും സഹകരിക്കണം.

23. ഏറ്റവും വികസനം പ്രാപിച്ചിട്ടുള്ള രാജ്യങ്ങൾക്കു പറ്റുന്ന നിലവാരം വികസ്വര രാഷ്ട്രങ്ങൾക്ക് എത്രത്തോളം പ്രയോജനകരമാവും എന്നറിയാൻ, അന്തർദ്ദേശീയ അംഗീകാരം നേടിയിട്ടുള്ള പൊതുതത്ത്വങ്ങൾക്ക് വിധേയമായും രാജ്യങ്ങൾ തനതായി നിശ്ചയിച്ചിട്ടുള്ള മാനദണ്ഡങ്ങൾക്കോ ചുരുങ്ങിയ അളവുകൾക്കോ വിരുദ്ധമല്ലാത്ത വിധത്തിലും ഓരോ രാജ്യത്തും നിലവിലുള്ള മൂല്യനിർണ്ണയ വ്യവസ്ഥകളെ വിലയിരുത്തേണ്ടതുണ്ട്.

24. പരിസര പോഷണത്തെയും സംരക്ഷണത്തെയും സംബന്ധിക്കുന്ന അന്തർദ്ദേശീയ പ്രശ്നങ്ങൾ പരസ്പര സൗഹാർദ്ദത്തോടെ എല്ലാ രാജ്യങ്ങളും, ചെറുതും വലുതും - കൈകാര്യം ചെയ്യണം. ഏതു മേഖലയിലും നടക്കുന്ന പ്രവർത്തനങ്ങൾ മൂലം ഉണ്ടാകാനിടയുള്ള പരിസരശോഷണങ്ങളെ ഇല്ലായ്മ ചെയ്യാനോ നിയന്ത്രിക്കാനോ കുറവു ചെയ്യാനോ ഉതകുന്ന പദ്ധതികൾ രണ്ടു രാജ്യങ്ങൾ തമ്മിലോ ഒരു രാജ്യവും മറ്റു പല രാജ്യങ്ങളും തമ്മിലോ ഉള്ള സഹകരണം സ്വാഗതം ചെയ്യണം. എന്നാൽ ഓരോ രാജ്യത്തിന്റെയും അധികാര-അവകാശങ്ങൾക്കും താല്പര്യങ്ങൾക്കും ഹാനി തട്ടാത്ത വിധത്തിലായിരിക്കണം അതെന്നുമാത്രം.

25. പരിസര പോഷണത്തിനും സംരക്ഷണത്തിനും വേണ്ടി രാഷ്ട്ര സംഘടനകൾ വഹിക്കുന്ന സംയുക്തവും കഴിവുറ്റതും ഊർജ്ജസ്വലവുമായ പങ്കിന് അംഗരാജ്യങ്ങൾ വേണ്ട സഹായം ചെയ്യണം.

26. അണുവായുധങ്ങളുടെയും മറ്റെല്ലാ നശീകരണ ആയുധങ്ങളുടെയും ബാധയിൽനിന്നും മനുഷ്യനെയും അവന്റെ ചുറ്റുപാടിനെയും പരിപൂർണ്ണമായി ഒഴിവാക്കണം. ഇതിനുവേണ്ടി അന്തർദ്ദേശീയ വേദികളിൽ അത്തരം ആയുധങ്ങളുടെ പരിപൂർണ്ണ നിരാസത്തിനും ഉന്മൂലനത്തിനുമായുള്ള കരാറുണ്ടാക്കാൻ രാഷ്ട്രങ്ങൾ തയ്യാറാകണം.